Ngồi Quán &
Đời Vắng Em Rồi
Say Với Ai

thơ Vũ Hoàng Chương
Hàng Thị tái bản
2024

Copyright © 2024 Estate of Vũ Hoàng Chương
All Rights Reserved

Title: Ngồi Quán & Đời Vắng Em Rồi Say Với Ai
Subtitle: thơ Vũ Hoàng Chương
Author: Vũ Hoàng Chương
First US Edition 2024
Edited and annotated by Tran, N.K.

ISBN-13: 978-1-949875-36-2
ISBN-10: 1-949875-36-9

Printed and bound in the United States of America

Published by
Hàng Thị
Henrico, Virginia, USA
www.hangthi.com

Cover designed by André Tran

Vào Đây Sẽ Gặp

Vào Đây Sẽ Gặp..................................i
Lời Nói Đầu......................................vi
Ngồi Quán..1
  Ngồi Quán..................................3
    Ngồi quán.............................4
    Nữ thần hôm qua.......................6
    Mối tình đầu..........................7
    Niềm đau tấc cỏ.......................9
    Tìm lại chiều cao....................10
    Tiếng đó người đâu...................11
    Đá trông chồng.......................13
    Đồng tâm.............................14
    Song ca..............................15
    Nghinh hôn...........................16
    Thế là...............................17
    Hoặc thoại...........................18
    Đời thi nhân.........................19
    Với Đinh Hùng........................21
    Lời ru hòa bình......................22
    Đục trong............................23
    Gương đen............................25
    Thiên đường hồng.....................26
    Tình đẹp.............................27
    Đào sâu trang sử.....................28
    Nói với em...........................29

- Trước sau gì...32
- Trong da ngựa..33
- Sầu môi đào..35
- Sớm giục đường mây..................................36
- Một sợi giống nòi...38
- Nhạc rỗng không...39
- Ba hồi triêu mộ..40
- Một trong hai nửa.......................................41
- Vượt nguy...44
- Bật khóa buồng xuân..................................45
- Hỏi ai người khóc..47
- Xức động cuối năm.....................................48
- Huế cảm..50

Nhị Thập Bát Tú...53
- Đáng tiếc cho ai..54
- Bảng đen thời đại.......................................54
- Bao năm hơi tiếng......................................55
- Trò vui thế kỷ..55
- Một kiếp phù dung......................................56
- Sự thật hiển nhiên......................................56
- Di tích loài người..57
- Sứ mạng phi thuyền...................................57
- Hương màu tri âm......................................58
- Tiền kiếp ai đây..58
- Mẹ mèo dạy con...59
- Ác mộng nào hơn.......................................59
- Giọt lệ sao ngưu...60
- Cái nhục làm người...................................60
- Mẹ gà con vịt..61
- Hình đó người đây.....................................61
- Thảm kịch bất ngờ.....................................62
- Không làm nhân chứng.............................62

Cung dâu người ngọc...63
Nhắm mắt đưa chân...63
Đâu mùa thơ mộng..64
Cũng một đời say..64
Vỡ mộng liêu trai...65
Đường về đỉnh giác...65
Mở bút ghi điềm...66
Hồn đẹp ai thâu...66
Giới hạn con người..67
Thiếu phụ soi gương..67
Đá vọng giai nhân..68
Hạnh phúc nào hơn...68
Chữ ký thẳng hàng..69
Tiếng vang lịch sử...69
Kỷ Dậu hồi thanh...70
Thời gian ở đây..70

Đời Vắng Em Rồi......................................1

Lời Tác Giả..2
Tuổi Học Trò..3
  đến khúc quanh rồi..................................4
  cũng vì em..6
  tình thứ nhất..11
  màu say...12
  còn nhớ hay quên..................................14
  im lặng..15
  dọc đường hoa nở.................................16
  trời nước tỉnh đông................................17
  đi thi..18
  đỉnh chót vót...20
  nhớ thu..23
  ba chữ mê hoặc.....................................26

Mở Đầu

- gọi lòng kiêu..31
- quay về...32
- giấc mộng đầu...34
- bàn tay vần điệu..38
- rằng thực rằng hư..39

Từ Đấy Về Sau..40
- nửa đêm trừ tịch..41
- trách gì ai..43
- một bài thơ [1]..45
- mai trắng...46
- mộng giao đài..47
- tâm sự một người..48
- công chúa Paris...50
- em chỉ là mây..52
- ysa...54
- mây sóng tình thơ..56
- mộng chim liền cánh..58
- duyên mùa loạn...60
- cành mai trắng mộng.......................................61
- một phiến u hoài..63
- còn đâu vọng các...64
- giây phút ngỡ ngàng..66
- công chúa mười lăm..70
- bảng vàng hoa tím...77
- gấm hoa...79

Phụ Lục...i
Hán Tự...iii
Giấy Ủy Quyền...iv

Lời Nói Đầu

Đây là tập kế tiếp trong dự án in lại và phát hành các thi phẩm của nhà thơ Vũ Hoàng Chương, theo lời ủy thác của Vũ Hoàng Tuân - ông đã giao cho chúng tôi nhiệm vụ tái bản tại Hoa Kỳ tất cả các tác phẩm của thân sinh ông - nhà thơ Vũ Hoàng Chương. Lần lượt, chúng tôi sẽ cho in lại và phát hành các tập kế tiếp, khi thời gian và điều kiện cho phép.

Thi phẩm Ngồi Quán do nhà Lửa Thiêng xuất bản tại Sài Gòn năm 1970, và thi phẩm Đời Vắng Em Rồi Say Với Ai cũng do Lửa Thiêng xuất bản tại Sài Gòn, năm 1971. Ngồi Quán gồm hai phần, phần đầu là 34 bài trường ca và phần sau là 34 bài nhị thập bát tú. Đời Vắng Em Rồi Say Với Ai cũng gồm hai phần, phần đầu mang tên Tuổi Học Trò là những bài đã viết từ trước năm 1940 (nhưng không được in vào thi phẩm Thơ Say!), và phần sau mang tên Từ Đấy Về Sau là những bài viết từ 1955 trở đi.

Không phải là nhà phê bình hay nghiên cứu về thi ca - công việc này đã có các học giả cao minh cùng các nhà khảo cứu có phương pháp, có kiến văn - chúng tôi chỉ làm công việc sưu tầm, sao chép thật cẩn trọng, chỉ sửa các lỗi ấn loát hay chính tả khi thật cần thiết. Mục đích chính yếu là cung cấp cho bất cứ ai cần đến các tài liệu tương đối đầy đủ, đáng tin cậy, để khỏi mai một những di sản quí báu của đất nước.

Ngoài bản in, sẽ có bản điện tử dạng pdf để việc tìm kiếm lời thơ, câu thơ, hay bài thơ được dễ dàng hơn. Nếu tập thơ nhỏ này, ngoài việc thực hiện lời ủy thác của người bạn năm xưa, có giúp ích được bạn đọc nào muốn tìm hiểu thêm về văn nghiệp của một thi hào dân tộc, thì chúng tôi đã vô cùng mãn nguyện.

Trước khi dứt lời, xin nói lên lòng tri ân giáo sư Từ Mai Trần Huy Bích, người đã tiếp hơi cho nguồn cảm hứng và khích lệ chúng tôi trong việc tìm hiểu và sưu tầm thơ Vũ Hoàng Chương, cùng cảm tạ các bạn hữu gần xa đã giúp đỡ rất nhiều trong việc sưu tầm và đánh máy khoảng hơn 15 năm trước đây.

Sau cùng, xin cảm ơn hai bào huynh Ngọc Sách và Trần Ngọc đã không ngừng khuyến khích, cổ động, cùng Mỹ An, người bạn đời, đã tạo mọi điều kiện thuận lợi để một thường nhân như chúng tôi có thể tiếp tục cuộc hành trình tưởng như bất tận này.

Henrico, vào thu 2024
N.K

Ngồi Quán

Thời không đều nhỏ hẹp
Chẳng bằng căn gác xép
Ta dựng quán ta ngồi
Cho ngàn sao có ngôi
  V. H. C.

Ngồi quán

Tuổi Hoa ngồi rũ Quán Chùa,
Đường ngang dọc những lá bùa rủ rê...
Lửa chen hơi gió tạt về
Lọt tai xác ướp: Trận Mê hồn nào?
Chỉ e vàng chói cửa vào,
Cửa ra: núi kiếm rừng đao mịt mờ.
Đáy ly từng giọt bơ vơ
Theo nhau rụng xuống giấc mơ đen dần.
Trông ra gái Sở trai Tần
Giòng xe cuồng chữ nối vần thơ điên.
Nốt đàn nghe toàn màu đen
Chợt xanh chợt đỏ mắt đèn mồ côi...
Thấy chăng "dạ lệnh" truyền rồi,
Làm sao - Chủ quán - nuốt trôi sầu này?
Chớ cười duyên, Chớ xoa tay,
Rằng: Mê hồn trận ai bày, hỏi chi!

Sàigòn 1969

Tuổi Hoa ngồi rũ Quán Chùa

Nữ thần hôm qua

Em là cô gái cấm cung
Giữa đêm đóng hộp giữa nhung mở màn
Tính từ phân khối hồng nhan
Để lừa ngay cả Thời gian vào chuồng
Sá chi ngựa vía trâu cuồng
Trở bàn tay bắt hay buông mặc tình
Bao phen thử lại phương trình
Không cho nghiệm số mang hình trái tim.

Chiều nay bóng đá chân sim
Tiếng ve gọi cái duyên chìm với xuân
Nhát dao chợt nhẹ đồng cân
Trong tia mắt của Nữ thần hôm qua
Thôi rồi, mỗi tấc thịt da
Xuống thang nhiệt lượng trên đà nấu nung
Hộp đêm vỡ lở dần khung
Kéo theo kích thước màn nhung gẫy lìa.

Quanh phường Dạ lạc hôn mê
Vòng đai sao rụng chưa hề có tên
Vượt sông Ngân tới cầu duyên
Phút giây đổi hướng phi thuyền người Thơ
Lửa ma trơi tắt bao giờ
"Em đây!" một vọng âm mờ ngàn sau.

Sàigòn 1969

Mối tình đầu

Anh là một trong năm mươi
Đứa con theo Mẹ ngược vời sông Thao.
Em xuôi giòng máu người Dao[1]
Đổ về đây... mấy tầng cao Ba Vì.

Đất lành có hợp không ly
Mỗi xuân sang, một dậy thì ngát hương.

Vòng eo Thái, nước da Mường
Sớm khuya lòng suối mở gương chứa đầy,
Thấm vào cho bóng càng say,
Bóng em, cô gái Dao này, đó anh!

Gặp nhau nghiêng hồn rừng xanh
Thịt xương có dựng Loa thành cũng xiêu.
Má đào em, lửa nào thiêu?
Cháy loang tận gốc, dây diều đứt phăng...
Giống Rồng Tiên phải anh chăng?
Môi truyền môi tới em rằng: Nòi Thơ!
Cánh hồng bay nát mưa tơ
Nẻo vu phi, hái giấc mơ dọc đường...

Tản Viên này bóng mây giương
Kìa non Bạch Hạc trải giường bình khung.
Anh ơi, màn vây chưa xong...
Đu tiên ta đánh mấy vòng đã nao!

Sông Đà sông Lô sông Thao
Cùng sông Nhị đẩy lên cao tiếng hò
Núi rừng hang suối tung hô
Dài hơi Ba Bể sóng hồ vang xa...

Chung nhau ngày MƯỜI tháng BA
Những ai xuống biển theo Cha khác gì!

Khói mây Hùng lĩnh còn si
Tâm tư còn nét chàm ghi: Việt thường.
Chơi xuân nhớ tổ HÙNG VƯƠNG
Nhịp đu còn bổng tình thương chưa chìm.

        Sàigòn, ngày giỗ Tổ năm Kỷ-Dậu

[1] Chữ Dao cũng có chỗ viết là Yao.   [ghi chú của tác giả]

Niềm đau tấc cỏ

Ôi, Cỏ mang tên Người Đẹp!
Nét mày hay nét gươm đây?
Còn có sử xanh nào chép
Ngoài đôi nét máu xanh này?

Nhưng đọc cho tròn huyết tích,
Mong gì lũ sóng sông Ô!
Dựng lại cho tròn thảm kịch,
Mong chi dãy đá bên mồ!

Đá loạn khéo bày nên trận,
Sóng kêu hệt tiếng vong hồn;
Chưa dễ vào sâu nỗi hận
Mọc từ xương thịt héo hon...

Ai biết chiều nay gió vỡ
Thành muôn "mảnh hát" không tên
Phảng phất hơi Nam giọng Sở
Là gươm Người Đẹp múa lên?

Từng nét mày ngài cong vút,
"Cố Viên" hai chữ hằn ngang.
Lòng cỏ u hoài đã trút,
Xa xanh rồi hiểu cho nàng.

Sàigòn, 20-10-68

Cỏ Ngu Mỹ Nhân mọc trên mộ Ngu-Cơ bên bờ Ô Giang, lá sắc như gươm. Ai qua lại đó hát giọng phương Nam, tức thì lá cỏ múa lên, vì quê Nàng ở đất Sở. Hát giọng Bắc, cỏ bất động.   [ghi chú của tác giả]

Tìm lại chiều cao

Hồn hoang ruổi vó ngựa Chuy
Vượt trăm vạn ngả biên thùy về đây.
Người yêu xưa vóc hao gầy
Đồng tiền đôi má đong đầy lửa gai.
Lầu trăng thắt mấy vòng đai
Hào quang Lưu niệm trên ngai đã mờ.

Tìm đâu suối Nhạc giòng Thơ
Gối thêu quần quại giấc mơ Sống còn.
Mơ sao ngày tháng lăn tròn
Tầm thường qua những lối mòn bình yên.
Hỡi ơi, thần tượng hoa niên!
Trong bom đạn, cánh nàng tiên gẫy rồi!

Nhưng mà anh... nhưng mà tôi
Khác chi nàng? Cũng thế thôi: tầm thường!

Có chăng lành lại Vết thương
Đất trời kia lại hiền lương ngọt ngào
Sông dài biển rộng tay trao
Mới mong tìm lại chiều cao cho Tình.

Sàigòn, cuối thu 1968

Tiếng đó người đâu

"Tiếng nói Thi Ca miền Tự do"
Mười hai năm trước giữa Sài đô
Cất lên cao vút, nghe đồng vọng
Cả khối băng kia đáy ngọc hồ,
Chắc cũng nao nao dòng Bến Hải
Cùng ba mươi sáu Phố phường xưa.
Đêm nay, vẫn tiếng ai sang sảng
Trời hỡi, mà sao nghẹn gió mưa?
Vĩ tuyến nào đây toan đứt phựt?
Lâu rồi căng thẳng với dây Thơ!

"Đây Tao Đàn", sóng truyền thanh nổi,
Ai có nghe chăng lọt đáy mồ?
Ai có thấy chăng hồn nước réo?
Cửa Hàn sương quyện khói Sông Lô...
Người mê hơi đất nay về đất,
Hiểu nghĩa vầng trăng huyết dụ chưa?

Hai mươi tám giọt sao mờ,
Tàn đêm lửa quỷ bất ngờ hài tiên.
Ờ, đây mới thực người quen:
Khói thơ là áo, hoa đèn là thân.

Với ta, chỉ một nàng VÂN
Kể chi xác mượn, phong trần bấy nay.
Hé môi giọng chập chờn mây:
"ĐINH HÙNG, tên họ ai đây thế HOÀNG?
Cơn trường mộng, kiếp đi hoang,
Ném xa kỷ niệm ngoài khoang phiêu bồng.
Quên nhau họa có vân mồng.
Còn tên còn họ là không còn gì!"

Ngẩng trông, khói lợt hàng mi;
Phút giây mình đã quên đi chính mình.
Nhưng quên người, hỏi sao đành?
Mấy luân hồi nữa cho lành vết thương?

Ngâm câu "Yếm tác nhân gian ngữ"
Giục ngọn đèn thu nở thịt xương.
Đôi ta lại một chiếu giường,
Cười rung bóng Quỷ Vô thường ngoài kia.

                    Tại Sài Đô, khởi viết đêm 23 tháng 7 năm
                    Đinh Mùi (1967); hoàn tất đêm Trung Thu

Đá trông chồng

Quên hết lời em dặn cũng nên
Chẳng ai lên chỉ núi sầu lên.
Dài cơn mộng đá xuân không tuổi
Nặng khối tình xuân đá có tên.
Gươm Cửu trùng bay tia chớp loáng
Chùa Tam thanh vọng tiếng chuông rền.
Mưa tuôn lệ thấm sâu ba ngấn
Cả một trời oan đội ở trên...

Đầu rơi còn mãi gan liền
Đá lăn lóc cả ngoài biên Hữu hình
Tròn thêm mãi khối Kiên trinh
Gái trông chồng đã hiển linh theo chồng.

Sàigòn, 1967

Hòn đá này, ở biên giới Hoa Việt, đã bị sét đánh cụt mất đầu, từ nửa thế kỷ rồi. Cũng gọi là Đá Nàng Tô. [ghi chú của tác giả]

Đồng tâm

Nhìn sâu vào đáy mắt em
Xuyên qua ngàn vạn bức rèm thủy tinh.
Giấc yêu đương bỗng hiện hình...
Giao thoa từng nét lung linh Địa đàng.

Nai tơ dệt bước hồng hoang
Suối rung tay ngọc vòng loang tới trời.
Cùng hoa chắp cánh giong chơi
Bướm đưa vũ khúc về phơi phới rừng.
Sương gieo đồi cỏ men bừng
Câu thơ tình viết trên lưng vừa tròn.
Dìu nhau mẹ mẹ con con
Trăng sao tuổi hãy còn non cả bầy.
Chói lòa dạ hội đêm nay
Đêm đầu tiên có Đông Tây hai đầu.
Và... chưa có vợ chồng Ngâu...

- Chẳng bao giờ có! em cầu nguyện đi!

Giật mình... cô bé tình si
Ngẩng lên chớp chớp hàng mi... thẹn thùng.

Sàigòn, Trung thu 1968

Song ca

Trai Sở mòn gối hạc
Sân Tần lệ trắng đêm.
Dâu Tần xanh kiếp khác
Gái Sở lưng ong mềm.

Tiếng hát Sở u uất
Lầu Tần muôn trượng cao.
Bọn tù không ngục thất
Nhìn nhau một nghẹn ngào...

Các em - tù nước Sở
Tự biết mình hơn ai -
Ca lên nhé, thương nữ
Hai bờ sông Tần hoài!

Sàigòn, Trùng Cửu Mậu Thân

Nghinh hôn

Đường đi vào giấc mộng lành
Những gai cùng lửa tung hoành đó đây.
Lửa kia chàng bảo điềm may
Thiếp xin được giữ gai này làm thoa.
Dừng xe hoa mở tiệc hoa
Đê mê nhịp vũ la đà tóc hương...

Bỗng đâu sáng rực đêm trường
Vòng sao đã kết thành vương miện rồi.
Lại nghe Trái Đất bồi hồi
Thổ tinh vừa gửi về đôi nhẫn mừng.
Trông lên thăm thẳm mấy từng
Mơ thuyền ai ghé ngập ngừng nét thu.

Sương loan tin: làng Ôn nhu
Chờ đôi hiền phụ hiền phu trị vì.
Rồi mai ngọt cánh vu phi
Có gầu Trăng mật, sá gì bể Đông!
Làm dây sẵn mối tơ hồng
Ươm trong thần thoại "giống Rồng nòi Tiên".

Sàigòn 1968

Thế là

Thế là con ác nhả sân bay rồi bổng lên dần
Thế là bầy rắn nhổ neo vừa phun nọc độc
Thế là đoàn bọ hung sang số lao đi
Thế là cánh tay người buông rũ liệt
Thế là xong... là hết...
Thế là không còn chi...

Ôi Chiến tranh làm biệt ly!
Như bọt vỡ trên sông trên biển
Như bụi nát nhừ trên đường ra hỏa tuyến
Như trên vòm trời tan tác mây.
Bao mảnh vụn nổ tung cứa đứt chuỗi đêm ngày
Của Tình yêu và Tuổi trẻ!

Thôi thế là không còn chi.
Thôi thế là xong... là hết.
Về hay chẳng về ư, nào có nghĩa gì!
Về để ôm người yêu bằng một nửa vòng tay?
Về để nhìn người yêu bằng trọn vẹn đêm dày?
Ta van mi, Dấu hỏi,
Dừng uốn ẹo thân hình rỏ mãi giọt cường toan
Vào những tim mòn óc mỏi!

Sài gòn, 1968

Hoặc thoại

Bỗng dưng mọc ý hoang đường:
Trăng mâm cao, hẳn mười phương cỗ đầy.

Trăng lên mâm cỗ tự bày,
Rắn ơi, đừng vẽ cho mày thêm chân!
Con trâu ăn cỏ đồng gần
Là hơn! "Ngưu quỷ Xà thần" ai tin?

Hỏi ngay súng đạn bom mình
Xem cô gái Việt ưa nhìn đến đâu!
Cô toan bẻ gẫy sừng trâu
Rắn say nọc độc tới cầu bẻ răng.

Rắn già rắn cột vào săng,
Trâu già trâu lột da thằng bán da.
Nay mai đến lượt Cuội già
Thì sao?...
    ... Cuội đáp: một nhà đoàn viên.

Da trời thịt đất lành nguyên,
Thoại Trung thu, "hoặc" ư?...
              "huyền" đấy ư?

                      Sàigòn, 1970

Đời thi nhân

Ban mai, cảm hứng đầy không gian
Chẳng rõ là men, phấn... hay đàn.
Từ chân tóc chân răng thịt da cùng theo dõi
Nắng vào hôn trong máu... hòa tan.

Sức đẩy từ đâu dâng lên dìu dặt?
Buổi trưa về, xuống tận đáy cô đơn
Nằm duỗi thẳng nếp mưu toan, và khép chặt
Cửa tư duy, chờ diện kiến tâm hồn.
Rồi chiều tới... đêm tới...
Thoắt nghe mình như một sợi tơ bay.
Nửa khuya rồi, nao nức quá,
Tưởng có ai trao thần bút vào tay.
Chữ hiện dần, hiện dần, theo chẳng kịp,
Đã hình thành bao kiến trúc đam mê.
Có phải một bài thơ vừa được viết?
Ta hay ai tác giả bài thơ không đề?

Nhưng... còn hỏi làm chi!
Tác phẩm đã tan thành sương khói,
Thành hương gọi, màu ru, thành nhạc đệm,
Môi trường mềm cho giấc ngủ không mơ.
Giấc ngủ vô cầu vô nhiễm
Của người say cuộc đời thơ.

Phong vũ chẳng cần đo, thiều quang chẳng đếm,
Một ngày say từng phút từng giờ,
Một đời say ngoài cả nhịp thiên cơ!

Sàigòn, 1-1-1969

Với Đinh Hùng

Bên này chiếu, nửa vời hương;
Bạn ta ư, khói nửa giường bên kia?
Nhìn sang: gối dựng thành bia,
Hồn chưa vượt bóng qua lề chiêm bao!
Hay từ ngọc vỡ thu cao
Đã năm ba mảnh cõi nào rụng rơi?
Thoắt đâu ruột bấc rối bời
Đèn khuya cháy rợn tiếng người: Hùng đây!

Kể chi khói mỏng hương gầy;
Hoa treo bấc, vẫn sum vầy bướm quen.
Mạch Thơ chung một tim đèn;
Máu đi hoang, lửa nối liền hai ta.

Đáy đêm lạc giọng cười ma
Tưởng như dầu cạn tới da thịt mình!

Lên non rồi, khúc Vong tình;
Khói Phi yên, chớ bay hình cố nhân!
Nằm đây gieo mộng vào thân
Mà nghe mộng nở ra vần Ác hoa.
Phế vương - lời nói không ngoa -
Vớt hương bùn dựng lấy tòa Mê cung.

Thơ còn ngâm, lửa còn rung,
Còn say, ta với Đinh Hùng còn nhau.

                                        Sàigòn, 1968

Lời ru hòa bình

Đêm nay vừa giáng sinh
Một sự thật.
Ba chàng phiêu lưu từ trong lòng hộp sắt
Đã truyền rao:
Hoà bình
Không ở trên... mà ở chung quanh...!
Hãy nằm nguyên tư thế hưởng yên lành,
Hỡi bào thai sinh ba!
May mắn cho mi được trở vào bụng Mẹ,
Thì nằm yên, nằm yên...
Địa cầu hay Nguyệt cầu ư? rồi quên!
Và, một điều thôi, hãy nhớ...
Phải nhớ nhé, bào thai sinh ba,
Chỉ một điều duy nhất:
Đừng bao giờ chui ra!

Nhịp võng ru xoay tròn, xoay tròn...
Không ở trên... mà ở chung quanh...
Hãy nằm yên, dàn trải,
Hỡi các chú bé con, ngự lâm thời đại!
Vì chính ta là Nhịp Tồn Sinh,
Lời ru Hoà Bình.

Cuối năm 1968

Đục trong

Chợ Tết, mai lan cúc
Đắm mình trong bụi đục
Từng phiên nép mặt hoa
Thẹn không bằng khóm trúc.
Đời đời vẫn kết giao
Nguyền lánh xa thế tục
Thân sao nghiệp nặng nề
Cõi trần mãi chen chúc.

Nhắn nhủ cùng danh hoa
Chớ e hồng tủi lục
Giờ đây bạn các em
Ruột cũng đau từng khúc.
Lũy nào xưa tốt tươi
Cổng nào xưa ngoạn mục
Liên miên khói lửa này
Dám đâu mơ hạnh phúc.
Lần lượt tre rồi măng
Đã tơi bời cốt nhục
Gắng giữ tiết cho ngay
Giữa bao là câu thúc
Còn khó hơn lên trời
Biết đâu chẳng ngã gục...

Chợ Tết, Bến Thành xuân
Lòng thơm tràn cảm xúc
Gió theo nắng đào lên
Tin hoa không ngớt giục.
Thân càng xót cho thân
Uổng gây hình ngọc đúc
Thôi đành giữ hương trong
Vẹn thiều quang chín chục
Hàn mai với U lan
Một lòng như Đạm cúc.

Sài đô, Tết Mậu-Thân

Khi đăng trong nguyệt san **Tân Văn** số đặc biệt xuân Kỷ Dậu (tháng 1 & 2 năm 1969), bài thơ này mang tựa là
   Đục trong thân cũng là thân
và có ghi thêm *Thơ Ngũ ngôn Cổ phong (gieo vần Đục)*, cùng các chữ Mai, Lan, Cúc, Trúc, Tre, Măng đều in hoa.

Gương đen

Gắng chùi giầy cho thật bóng đi em!
Nghĩ ngợi gì kia chứ?
Lau xong giầy của tôi
Em còn những đôi giầy khác nữa.
Đừng nghe bất cứ ai cười nói chung quanh!
Đừng nghe nhịp quay cuồng ngoài lộ!
Cũng đừng nghe tuồng Cải lương trong máy
       phóng thanh!

Hãy tự nhủ đây là sa mạc
Và dỗ dành cho thính giác ngủ quên.
Một đứa trẻ nghèo như em
Ngồi chịu trận giữa vòng vây ảo ảnh
Cần phải dồn hết tâm tư vào con mắt
Đồng thời với cả đôi tay làm việc không ngừng.

Ừ, hãy nhìn cho kỹ nhé!
Mở lớn mắt ra coi:
Giầy của tôi đã bóng như gương.
Em soi vào đó
Sẽ thấy ngay thân phận
Của chính em và những đứa cùng loài
Nghĩa là cùng lạc loài trong thảm kịch.

Gương bạc gương vàng ư? cổ tích
Phần các em chỉ có gương da đen bóng mũi giầy.

            Sàigòn, 1968

Thiên đường hồng

Bỏ hoàng hôn lại đằng sau
Máy già nua ngậm chuỗi sầu lê đi...

Ôi Thiên mã, nóng lòng chi?
Lồng ra khỏi số Tử Vi được nào!
Ngoài kia tinh tú lên cao
Xót xa chăng một vì sao trong này?

Sắt rung điệu nhạc khô gầy
Con sên lửa nuốt từng cây số ngàn.
Gẫm mà thương cái đêm tàn
Bánh xe nghiến chậm Thời gian đau nhừ.

Dặm trường say nhịp lắc lư
Đất hay sóng, hỡi Nam tư bạn già?
Tối mai còn bạn còn ta
Thủ đô Belgrade ai là Trích tiên?

Bao giờ chân bước đảo điên
Ngựa Thơ vút cánh lìa thiên đường hồng.

Belgrade 1965

Tình đẹp

Đôi ta một lớp một trường
Từ năm ngoái năm kia thời gian trôi gấm vóc
Bao nhiêu chữ viết hoa đều nở mến thương.
Màu mực lá cây xanh tuổi ngọc
Màu phấn trắng tinh ngờ phấn thông vàng.

Anh nhắc em bài toán khó
Em khoe anh bài văn hay
Tình yêu chỉ nói bằng đuôi mắt
Phượng vĩ chờ mong đỏ tháng ngày.

Nẻo tới trường: nét mềm tranh lụa
Bậc thang lên lớp học: bản đàn nhung
Anh dìu em nhè nhẹ bước
Một bản hòa âm hai nét song song…

Nhưng rồi hôm nay
Chùm hoa bên cửa lớp
Đàn bướm trên sân trường
Cánh nín thở vô cùng ngạc nhiên.

Có chút gì mầu nhiệm giữa không trung
Vừa tỏa khắp!

Chàng trai tan ra thành một giòng Lịch sử
Cô gái nhập vào hai chữ Núi Sông.

Sàigòn 1968

Đào sâu trang sử

Khổ đau tràn bốn cửa Thành
Dư ba chợ Bến, hồi thanh xóm Chùa.
Ngựa Thời gian phá trường đua
Hí lên cho bước Giao mùa nhịp theo.
Đường Hai mươi lẳng chuông gieo
Gối tay thế kỷ nằm theo hút buồn.
Dưới kia thác lũ mưa nguồn
Lệ hay mạch nước ào tuôn vỡ bờ?
Lật coi, giòng máu chưa mờ,
Bạch thư dầy mấy muôn tờ đất đen.

Sàigòn 1968

Nói với em

Có ai giúp được gì đâu em!
Cha mẹ chúng ta đã về nằm dưới mộ
Còn lo rằng không yên;
Cho dẫu lá vàng chưa vội rụng
Thì sớm khuya sương nắng bồi hồi
Cũng chỉ đến cành khô lay lứt thôi.
Nước chẳng của ai - như từng đợt con rơi -
Vẫn chảy qua cầu...

Đâu phải vững niềm tin là điều kiện đủ!
Thấy không? em và anh từ lâu rồi thương nhau,
Ý thức Giống Rồng Tiên thấm vào xương tủy
Ngay khi chập chững đánh vần,
Rồi lớn lên mộ đạo Từ Bi
Rằm tháng Giêng chưa một lần quên
Theo hương khói lên Chùa lễ Phật,
Và gần đây những đêm Giáng Sinh
Chuông Giáo đường ngân dài cao vút
Đẩy tới vô biên kích thước truyền hình,
Chúng ta ngồi mơ theo tuyết gieo hoa trong gió
Lòng Bác Ái hòa rung oa oa máng cỏ
Cho mãi khi trở lại đường viền
Của khung đời thường nhật
Của khung trời ngột ngạt
Qua sắc diện thanh âm người xướng ngôn viên.

Ôi lẽ phải từ trái tim
Có tung ra mà không cơ duyên
Nẩy mầm bén rễ!

Hơi chết chóc mù bay rũ liệt mọi mầm xanh
Với bụi tro tàn khốc vây quanh
Làm nghẹt thở
Trời từng vuông xám ngắt màu da che mặt
                           kinh thành,
Và đất gieo mầm
- Nói ra càng tức tưởi -
Có còn đâu tâm địa hiền lương
Của bốn ngàn năm vun xới;
Đất ruộng đất rừng
Đất ôm chân các phố phường què quặt
Chẳng đâu là không rách nát
Không mỏi rừ nghe thớ thịt buông xuôi
Tự hiến thân làm những con mồi,
Đất mới khai sinh thì trơ sỏi đá
Phận con hoang náu hình sau mặt nạ
Lầm lì khô cứng đến chua cay

Mạch đau tủi rút lui trong cùng tột bề dầy
Đợi dịp nổ bùng cơn địa chấn;
Đêm gọi hoài tên chiều Thế Tận
Ngày chiêm bao hẹn giấc Đổi Đời
Còn mong gì Thơ ươm hạt nữa em ơi!

thơ Vũ Hoàng Chương trang 30   *Hàng Thị tái bản*

Đành rằng đôi ta không bỏ cuộc
Nhưng từ đây ngôn ngữ thiên thần
Khó còn bay xa với hào quang Sách Ước.

Trọn vẹn tương lai nằm trong móng vuốt
        Hạt Nhân
Nói chi nguồn cảm hứng đơn thuần,
Rồi sẽ Máy làm ra
Cả từ bộ óc
Còn vườn đâu cho Thơ nở hoa!

Em hãy nắm tay anh nhảy dài một bước
Sang hẳn phía bên kia bờ Tận Diệt
Nghĩa là bên kia chấm hết,
Giòng lịch sử này ta viết lại thôi em!

Tiếc gì trang giấy nháp,
Mà cũng chẳng cần ai trợ lực;
Khởi điểm sẽ là Thơ trường thiên
Chứ không phải Địa đàng
Và Hai Người Đầu Tiên không tự nhân lên.[1]

              1969

[1] Khi đăng trong **Bách Khoa** số 297 ngày 15-05-1969, bài thơ này có hai câu tiêu đề
   Hoành mục sầu vân hoành
   Thục Oanh hề Thục Oanh!
N.K. mạo muội ghi lại Hán tự và tạm dịch như sau
   横目愁雲横   *Mây mờ mịt xung quanh*
   淑鶯兮淑鶯   *Thục Oanh, ơi, Thục Oanh!*

Trước sau gì

Trước sau gì đôi vòng tay
Cũng buông nhau để ôm đầy nhớ thương
Anh buông khối ngọc hoang đường
Phút giây ngỡ bốc thành hương đa tình
Em buông sức sống thần linh
Thịt da vừa hiện nguyên hình trẻ trai.

Buông tay rụng hết ngày mai
Hỡi ơi từ ngón lên vai giá đồng![1]
Rồi chiêm bao có siết vòng
Chỉ là ôm một số không hão huyền.

Chẳng ai vào núi ra biên
Dứt nhau tăm tích cũng biền biệt thôi
Từng đoàn xe đã mù rồi
Trong tay cầm vé khứ hồi bằng dư.

Trước sau gì đêm tương tư
Của đôi mình cũng đen như đất này
Sâu như vết buồn hôm nay
Dài như bất tận cơn say máu người
Nuốt dần thế kỷ Hai mươi.

Em và Anh... khóc lên... cười lên đi!
Trước sau gì... trước sau gì...

Sài gòn, 1969

---

[1] Khi đăng trong tạp chí **Bách Khoa** số 331 ngày 15-10-1970, câu này in là *Hỡi **ai** từ ngón lên vai giá đồng!*

Trong da ngựa

Bờm dựng lên, ngơ ngác
Toàn thân con ngựa già...
Có hồn ai ký thác
Cho ngựa bọc trong da?

Qua Chợ Cá - xưa là Mả Nguỵ -
Hơi bùn tanh lửa quỷ mang mang,
Ngựa say chở hồn đi hoang
Kéo lê sầu giữa hai càng xe hư.

Đường Cây Mai lở lói
Những kim ốc rồi ư?
Sao nghe hành khách nói
Thời trang là "Suy tư"?

Nếp thi thư gập ghềnh lưu huyết
Đường mang tên Sương Nguyệt Anh chi?
Sài đô - viên ngọc phương Ly
Ôm trong lòng, có còn gì hào quang?

Nét rêu mờ Hắc Bạch
Hai ngôi lầu cư tang...
Công tử thời hống hách
Thấm gì nay dọc ngang!

Máy nổ vang đoàn xe bọc thép
Hồn chưa quen sức ép bên tai
Chợt tung bốn vó chạy dài
Đêm xiêu... Ngựa vượt ra ngoài huyền cơ...

Vỗ đôi cánh thần thoại
Mọc lên từ bao giờ
Tiếng nhạc còn rung mãi
Khoảng cách hai giòng Thơ

                                                      Sàigòn 1969

Sầu môi đào

Chiều chiều tô lại ngấn son
Bờ môi nghe đã chớm mòn chưa em?

Xuân nào vẽ đậm trái tim
Hồn trai mười sáu chết chìm đường cong
Dặt dìu ven biển triền sông
Thuyền ai mơ cánh phiêu bồng dừng đây
Men theo mềm như cơn say
Dốc hồng hoang đổ tháng ngày về đâu?

Ôi làn môi gái chưa sầu
Nét son tô vụng buổi đầu phân vân
Làm cho mê mệt gương thần
Mà xuân trôi cũng có lần mòn sao?

Hơi ca từng đêm như bào
Lấy đi êm ấm rót vào bốn phương
Môi dần khô héo sắc hương
Em ơi còn hỏi gì gương bây giờ
Vẽ lên càng thấy duyên mờ
Son nào trả lại ngây thơ tuổi vàng?

Cánh thuyền năm cũ mang mang
Ải xa mây nổi hồn chàng trai xưa.

Bờ môi chợt động gió mưa
Đêm nay tiếng hát sầu đưa về nguồn.

Sàigòn 1969

Sớm giục đường mây

Một... Hai...! Lệnh bất thành văn
Nghe rùng rợn đếm từ căn nhà mồ.
Bến Hà mô thuyền neo sương sớm
Giấc cỏ hoang lì lợm bấy lâu
Thoắt thôi từ đáy khoang sâu
Nổi cơn bi phẫn điên đầu cành hông.

Quyết băng sông vượt hồ ra biển
Ếch nhái kêu tiệc tiễn vang trời
Cô em tiếng tỳ lên khơi
Xé bao nhiêu lụa cho vơi nhiệt tình!

"Bất đắc bình tắc minh" là thế
Giọt máu chen giọt lệ giọt đàn
Cung Xế Xự bậc Xừ Xang
Thấm men giòng nước đẩy vàng sắt lui.
Từ trên mui trăng sao đã rớt
Lại mọc lên theo đợt âm ba
Ngàn xưa đưa khách xa nhà
Mới nghe châu ngọc sáng lòa giang biên.

Lần đầu tiên mặt hoa hốc hác
Vẻ phu nhân đài các gấp trăm
Cớ gì che nửa tối tăm
Gái trà mi vẹn gương rằm tiễn ai

Vẫn không ngừng đếm "một... hai..."
Lệnh từ đâu? Phép nào sai ma Mường?
Nghẹn ngào sương kìa đêm giẫy chết
Thuyền bắn đi còn vết giương cung
Ghi vào hơi ca
Một dấu tay khùng
Ghi vào bờ hoa
Một dấu than chung.

                                                      Sàigòn 1969

Một sợi giống nòi

Máu loang Đất Mẹ đêm ngày
Nhựa thơm còn đọng mình cây Độc huyền.
Bầu khô chợt bốc hơi men
Âm thanh từng bậc trèo lên đỉnh Trời.
Hành hương theo Nhạc về nôi
Ngàn thu một sợi Giống nòi vừa rung.
Để còn rung tới vô cùng
Sợi dây đơn chiếc giữa vùng đa đoan.
Sóng Cà mau khói Nam quan
Đầy vơi khói sóng... Chưa đoàn viên ư?
Độc huyền cầm... vang tâm tư...
Đã nghe cốt nhục đau nhừ Trường sơn!

Sàigòn 1969

Nhạc rỗng không

"Lưu Lưu Hồ... Xế Xang Xừ"
Chiều dăng mưa, Nhạc lên từ ngón hoa.

Trái khổ qua mơ chùm thiên lý
Phút thần giao hương vị một giàn
      Mơ giường bình khung
      Mơ giấc bình an
Lìa dây tơ, mỗi âm đàn
Truyền hơi... bao mảnh tro tàn hồi sinh!

Trúc bên đình vấn vương Cửa Phật
Bóng in sâu vào đất ai hay?
Đàn rung ngọn... bóng lung lay,
Bóng lay, một dải Đất này chuyển theo...
"Xừ Xang..." từng giọt trong veo,
Dư ba gọi thức cánh bèo trầm luân.

      Đàn gieo... xa như gần
      Trăng treo... mộng mà thân!
Kéo lê hoài kiếp Lưu dân
"Lưu Lưu Hồ..." nẻo Hành-vân lệ tràn.
      Thoắt đâu giường bình khung
      Tròn say giấc bình an
Vòng hợp hoan vừa nghe bướm liệng
Dây vô đoan nẩy tiếng vô thanh...
Ôi Cầm Trăng, mộng đã thành?
Rỗng không giọt Nhạc gắn lành Quê hương!

                              Sài gòn, 1969

Ba hồi triêu mộ

Người đi tu Phật chớ buồn
Giữa mùa Con số không hồn tác oai!
Tờ a, b... cuốn 1, 2...
Giòng bao nhiêu... khoản mấy mươi... rành rành
Và... trên án sẵn ghi hình,
Thép gang rạch chữ Bất bình càng sâu.

Người đi tu Phật chớ sầu,
Mặc cho Con số khoe mầu nhiệm suông!
Trăm vòng dây Tội hoang đường
Cũng không giam nổi Tình thương bao giờ.
Con người về đất về tro,
Lửa còn dâng, nước vỡ bờ còn reo
Thành cơn gió đuổi hùm beo,
Cơ duyên sẽ uốn mình theo, ngại gì!

Người đi tu Phật ra đi
Có buồn chi, có sầu chi... hỡi người!

Tháng Giêng, Kỷ-Dậu

Một trong hai nửa

Mặt tôi bị cắt làm hai mảnh
Theo chiều ngang;
Tôi nằm đây, còn mũi
Nhô lên cao đỉnh núi phập phồng,
Hơi thở vào nghe máu chảy muôn sông.

Và tôi còn miệng
Với đủ cả đầu môi chót lưỡi
Để than van gào gọi
Qua từng cơn bi phẫn nổi tam bành
Át giọng bầy chim mà tốc độ vượt âm thanh;
Cũng dìm luôn cung bậc
Của đêm đêm tên lửa vút cầu vồng
Của sớm chiều trưa đạn bom rền mưa bấc
Ở gần... xa... chung quanh.

Khúc Loạn tấu phương Ly bấc hay chì sôi sục?
Nhặng giòi nhung nhúc,
Hai bè ư? Ba... bốn... cả trăm bè!
Mặc dầu tôi không còn tai để nghe.

Cũng như không còn mắt,
Chỉ thấy được bằng chùm gai Siêu giác quan
Bằng dùi nhọn hoắt Thần giao
Bằng cây kim Vô để thức
Đâm sâu mỗi một tế bào.

Đời sống của tôi - một trong hai Nửa mặt
Có cần chi bồi dưỡng điểm tô;
Gan ruột ai kia đã diều tha quạ rỉa?
Thịt xương nào bơ vơ?
Tôi chỉ biết tôi là Hiện diện
Không toàn diện mặc dầu;
Tôi chỉ nghĩ tôi là Bất biến
Không coi vạn biến vào đâu;
Vì tôi còn Tiếng nói!

Ngôn-ngữ tôi là tim là phổi
Vô hình dung
Trơ trơ cùng móng vuốt;
Trái khổ đau và lá hổ ngươi
Sẵn sàng tơ viễn cảm
Từng phút giây khao khát Tự-do viết bằng
         chữ hoa.

Nên tôi nằm đây rung lên thành vần điệu,
Thứ ngôn ngữ có hào quang trực chiếu,
Ngàn xưa bảo đó là Thơ;
Ước vọng của tôi: hơi thơ vang mặt đất
Sao cho loài người - nếu không thì loài vật
Thoáng dư ba ngoảnh lại bồi hồi
Nhìn cái nhìn anh em vào nửa mặt tôi.

Cái nhìn ấy sẽ mang đầy giá trị
Một chất lọc
Đủ cho bầu sát khi vây quanh tôi còn thở
                    được phần nào

Để tôi làm lễ Nhương sao
Giùm hết thẩy,
Bạn hay thù cũng vậy!

Để tôi nguyện cầu Thiên chúa
Cùng đấng Allah
Cùng đức Phật
Cho mặt Trời mặt Trăng mặt Đất
Hay bất cứ mặt nào
Kể luôn mặt Nước
Từ nay sẽ chẳng bao giờ
Bị cắt
Bị chia đôi như những miếng mồi!

                              Sài gòn 1970

Vượt nguy

Nổi lên, bắp thịt đà công!
Gân căng hết mức tăng bồng đó nghe!
Hồn ma, kìa những thuyền bè
Từng đau dưới búa trên đe quãng này.
Con quái vật lại chiều nay
Vươn ra ức triệu cánh tay giết người.
Vò ngang vặn ngược tả tơi
Đứt tung mạch nước, da trời, lòng sông...

Đường gân thớ thịt đà công
Nổi lên đi!... Chiếc thuyền không thể chìm;
Nỏ thần máy đặt trong tim
Đủ thiêng hơn vuốt loài Kim quy nào.
Loạt tên buông, máu sôi trào;
Vững tay chèo chống, ba đào phải tan.
Hỡi đà công, hãy bền gan!
Gió kia phải trút hơi tàn trước ta.

Rồi mai xanh bát nước trà
Nắng sương một bóng la đà ngồi câu,
Vượt nguy nhớ thuở Đương đầu
Trà xanh mới có chiều sâu Giống nòi,
Sương vây mới đẹp chỗ ngồi
Giọng Đò đưa mới cao ngôi nắng vàng,
Câu hò Mái đẩy duyên giang
Mới thôi son phấn Thời trang thẹn thùng.

Sàigòn 1969

Bặt khóa buồng xuân

Hoa đào năm ngoái còn cười gió đông
Nguyễn Du

Hoa quen mặt gió nhiều năm qua,
Gió cũng chờ phiên giáp mặt hoa.
Tường nắng vách mưa ngày tháng lụn,
Tin xuân lại ghé bến Cành thoa.

Phơi phới vườn thơm, gió khát khao;
Gió đang sung sức, vườn không rào.
Mái Tây đồng lõa gương soi chếch,
Cửa hé rồi, xuân mở động Đào.

Lá liễu mày ai, mắt lá răm,
Khuôn trăng mười sáu, ngực trăng rằm;
Lạ thay, một đóa dài phong nhụy
Trước gió Đông về... năm lại năm!

Miệng héo dần theo lòng khắc khoải,
Năm nay rồi sắp thành năm ngoái.
E khi chiều xế, tuyết thay tơ,
Không cả chút tình thương nắng quái.

Ôi lòng hoang đảo, mộng chon von!
Trắng mộng, tâm tư biết có còn
Lắng tiếng chim xanh hơi gió biếc
Như bao người đẹp tuổi đào non?

Riêng vẫn đào năm ngoái nở tươi
Hoa cuồng loạn đón gió Đông cười.
Giai nhân đành kiếp lan u uất,
Từng lá gươm sầu nét hổ ngươi.

Kẻ vô hạn hận không là gió!
Xuân đến trà mi, đời tự bỏ
Ngôi chín tầng cao, thẳm đáy hang,
Cùng ai gửi chút hương vò võ?

Kìa: ong bướm đã náo tường Đông;
Gió cợt hoa cười khắp núi sông!
Nào thấy bóng ai...! xuân khoá kín,
Thiều quang ngập máu Đỗ quyên hồng

Sài đô, Tết Mậu Thân 1968

Khi đăng trong giai phẩm **Văn** xuân Kỷ Dậu (số 123-124), bài thơ này có thêm câu thơ của Nguyễn Du làm tiêu đề. Nếu chú ý, sẽ thấy 8 chữ trong câu này chính là vần của 8 đoạn thơ.

Hỏi ai người khóc

Ngọn đèn soi đáy chữ
Vàng rung mãi chén thề
Hỡi ơi rừng ngôn ngữ
Vòng vây giam hoa lê!
Ta van tiếng Sở giọng Tề
Giẽ ra cho bóng hoa kề hồn trăng.

Hai trăm năm vời vợi
Đường xa hiện pháp đăng.
Trời xưa dìu Tiếng Mới
Về cả đêm nay chăng?
Gió mây chìm nổi điệu Bằng
Sông Ngân rụng cát bến Hằng đầy sao.

Hoa còn mơ giãi bóng
Hồn trăng vẫn gửi trao.
Riêng đây hồ ngọc đọng
Nghe gươm mài xôn xao.
Lòng băng tan vỡ lệ trào
Bật lên tiếng khóc thi hào Tố Như

Sàigòn 1965

Xức động cuối năm

Năm ngoài nơi đây nhoẻn miệng cười,
Tin sương đồn đại: mặt hoa tươi...
Năm nay cuộc Thưởng Văn dừng bước,
Chẳng thấy hoa đâu chỉ thấy người.

Người đón Nàng Thơ sắp hiện thân,
Người khen bút pháp ấy tinh thần,
Người trao tên họ, người ghi chép;
Người, những người... Sao vắng cố nhân?

Có phải chiều xưa cũng Tất niên,
Thanh phong lai hề hoa yên nhiên;[1]
Lầu cao từ đấy xuân sâu thẳm,
Hoa đã theo ai về cõi Tiên?

Cài đầu hoa Cúc...[2] lại hoa Đào,
Gió vút đường mây đẹp biết bao.
Đủ cả vàng son trên mái tuyết,
Rừng xanh ải tối thỏa tiêu dao...

Chơi xuân đất này không cỏ non,[3]
Thơ không vàng nữa, ấn không son.
Hỡi ơi, lòng chợt đau như cắt;
Một nụ cười xuân cũng chẳng còn.

Sài đô chiều Hai Mươi tháng Chạp
năm Kỷ Dậu (27-01-1970)

Dưới đây là các chú thích của tác giả

[1] Thơ cổ: *"Thanh phong lai cố nhân"* nghĩa là: gió êm dịu thổi đến người quen xưa. *Hoa yên nhiên*: Hoa cười tươi thắm

[2] Thơ cổ: *"Cúc hoa tu tháp mãn đầu qui"* nhà thơ Đông Hồ đã dịch Nôm: *"Cài đầu hoa Cúc trẩy về chơi"*

[3] Câu này dịch từ 1 câu tập cổ của Đông Hồ tiên sinh: *"Xuân du thử địa vô phương thảo"*

Huế cảm

Hoa hạ thi thành đăng hạ bút
Loạn trung Huế Cảm bệnh trung nhân [1] [2]

Giường thấp giường cao ruồi nhặng bâu
Xuân sang đối diện Quỷ không đầu
Mơ rồng ấp trứng sông Hương tủi
Lắng vượn gào con đỉnh Ngự sầu
Lăng miếu gần kề lưng chó sói
Thịt xương phó mặc vuốt diều hâu
Miền Nam câu hỏi trăm năm trước
Ai trả lời cho Huế... bởi đâu

Bởi đâu non nước ấy tan tành
Lửa đỏ mây đen thắt chặt vành
Nặng dẫu bằng non thân cũng gục
Rửa cho hết nước máu còn tanh
Kim Long quẫy đứt hơi sương gió
Bạnh Hổ gầm vang nhịp sắt đanh
Từng tiếng ngân dài chuông tháp Mụ
Hồi thanh rền rĩ súng liên thanh.

Súng liên hồi nổ... kịch ai dàn
Đã một trăm năm chẳng hạ màn
Lần lượt vai trò rơi ấn kiếm
Dằng dai sân khấu ngập bùn than
Sông theo Phật hẹn giòng vơi lệ
Núi chống Trời tin đã vững gan
Gió lọt... bỗng dưng trên mặt giấy
La đà bóng trúc... Huế bình an

Huế bình an chứ... đẹp bao nhiêu
Chẳng thấy không gian đủ bốn chiều
Cành trúc gió đưa về gốc Lạc
Câu hò mái đẩy tới trời Nghiêu
Mong người một nước soi gương cũ
Nguyện đấng ngàn tay độ nhiễu điều
Phủ lấy cho càng cao giá ngọc
Thơ ai từng dệt tấm thương yêu

Dệt tấm thương nên nhớ ngược giòng
Chín thương mười nhớ đất Châu phong
Cố đô Sử chép nhiều tên gọi
Trực bắc Thơ dành một hướng mong
Nối lại thuở nay liền thuở trước
Nghe ra thành Phượng có thành Long
Cả Hoa lư với Mê linh nữa
Xác bướm đè muôn tảng đá ong

Đá ong xây giữa mộng đêm vàng
Sầu Cố Đô lên vút tượng Nàng
Thành quách trải bao nơi lập quốc
Miếu đường thêm một chuyến cư tang
Ngọ môn vỡ tiếng rên gò đống
Bảo đỉnh sôi cơn giận xóm làng
Nửa giấc lạnh tanh rồi vạc thuốc
Cửa Sài nghe đạn réo vang vang

Đạn réo vang vang... lửa bốn bề
Như thiêu giường bệnh cháy cơn mê
Sốt dâng mạch loạn càng u uất
Máu chảy ruồi bâu chợt não nề
Cũng đất Hương Bình đen cánh quạ
Hẳn mây Nùng Nhị trắng phương quê
Xác thân mòn mỏi cùng dâu biển
Còn chút hơi Thơ gửi vọng về

Gửi vọng về ngôi Sầu Cố Đô
Tan tành ngọc đá kể chi mô
Chiều Vân lâu xuống hoài ư bến
Gương Tĩnh Tâm soi vẹn nhé hồ
Đối bóng vẫn mơ màng bóng hiện
Biết ai mà nhắn nhủ ai vô
Ôi bài Huế Cảm xuân dâng ý
Nghe có hơi thu họa dưới mồ.

Sài đô xuân Mậu Thân

[1] Hai câu thơ tiêu đề này được tác giả ghi thêm trong chú thích ở cuối bài - về nghĩa và văn bản Hán tự, xin xem phần Phụ Lục ở cuối sách

[2] Khi đăng trong nguyệt san **Vấn Đề** số 12, tháng 6 năm 1968, bài này lại có tiêu đề khác, vốn là một câu đồng dao về đêm 30 Tết:
> *bước lên giường cao thấy con rồng ấp;*
> *bước xuống giường thấp thấy con rồng chầu...*

Dưới đây là các chú thích khác của tác giả:

Bài này gồm 8 đoạn theo thể thơ Liên hoàn Liên vận. Câu 1 của đoạn 2 phỏng thơ Nguyễn Đình Chiểu
> *Non nước tan tành hệ bởi đâu*

Nhị Thập Bát Tú

Tiếng vang lịch sử

Đất xưa gõ gậy mặt trời lên
Giục nhớ Quang Trung hịch Sầm nghi(?)
Hoa nở cánh đào ngang dọc núi
Hoà âm có ngọt xuống bình nguyên

Đáng tiếc cho ai

Tỉ phú, vương hầu, với mỹ nhân;
Thơ hay cũng uổng những câu thần.
Bên kia lăng kính Giàu, Sang, Đẹp,
Nhận diện làm sao được giả, chân!

Bảng đen thời đại

Thày chăm dạy Toán, dạy Văn chương;
Mỗi buổi trò ngoan ngoãn tới trường.
Đâu biết chợ hoa quanh lớp học,
Lời chim phấn bướm dạy yêu đương!

Bao năm hơi tiếng

Đã quen giọng nói thuở cầu thân,
Quen khúc mê hồn, điệu giật gân.
Quen cả vòng tay, quen nhịp bước.
Hơi bom tiếng súng cũng quen dần...

Trò vui thế kỷ

Trận đánh không người được kẻ thua.
Biết ai là giặc, biết ai vua!
Chiều hôm Thế-kỷ trò vui mới:
Tiếp máu triền miên cuộc chạy đua

1967

Một kiếp phù dung

Vừa da trắng nõn, áo nâu non,
Đã chuyển màu sang yếm đỏ son.
Bóng xế, đời hoa ngăn ngắt tím
Bay theo huyền hạc cánh chon von.

02-01-1969

Sự thật hiển nhiên

Hỏi lòng tay, hỏi gan bàn chân,
Và hỏi lên đôi má, rất gần!
Chưa lạnh thấm da, chưa đổi tiết,
Làm sao đã có được mùa xuân?

03-01-1969

Di tích loài người

Tháp sắt nào đây? Trụ dẫn đầu
Đẩy lên sức lửa đốt năm châu!
Đằng kia: tháp chữ Kim, từng đã
Vùi lửa tham tàn xuống đáy sâu

                                        04-01-1969

Sứ mạng phi thuyền

Non trăm dặm cách mặt trăng già,
Sao chịu về không, hỡi bộ ba?
Nếu phải người thơ này, nhất định
Mang về bến cũ gốc cây đa!

                                        25-12-1968

Hương màu tri âm

Biết nhau từ nhuốm rừng phong,
Trắng cành mai chẳng phai giòng thơ xưa.
Mai còn giáng bút, hương đưa,
Màu thăng hoa, tuyết còn thưa cuối trời.

Thơ tặng Bùi Giáng, 25-12-1968

Tiền kiếp ai đây

Cậu Bảy Phù Dung trên bến sao
Lưng dài nghe mỏi thú nằm cao
Giường mây bước xuống nơi bùn bụi
Lê kiếp người Thơ mộng suối Đào.

Sài đô, 01-01-1969

Mẹ mèo dạy con

Truyền nóc nhà lên đỉnh khói sương,
Mẹ con lầm lũi chuyến hành hương...
Cong lưng mài tiếng gào quê cũ
Đâm thẳng ra ngoài hệ Thái Dương.

05-01-1969

Ác mộng nào hơn

Ôi kiếp người trong giấc ngủ ngày
Bùn ngâm sặc óc máu loang tay!
Đêm đêm vẽ lại vòng hương phấn,
Chưa ngớt màu run cánh bướm say.

06-01-1969

Giọt lệ sao ngưu

Búa nện vang vang lò sát sinh;
Lắng tai, mừng tủi, trâu nghiêng mình.
Quê trời sấm gọi ta về hẳn?
Lệ rỏ, ngôi xưa vụt hiện hình.

07-01-1969

Cái nhục làm người

Chỉ giống người trên mặt địa cầu
Đang tâm hành hạ dập vùi nhau.
Bỏ xa rắn, rết, hùm, beo, sói...
Nhân loại: điều ô nhục đứng đầu!

08-01-1969

Mẹ gà con vịt

Đàn con thèm nước chạy Đông Đoài,
Mẹ chúng quanh sân bới, bới hoài...
Đêm xuống về nằm chung một ổ,
Ao bèo cối thóc mộng chia hai

09-01-1969

Hình đó người đây

Màn nhựa đầy vơi sóng điện truyền,
Đùi phô ngực hở nét trinh nguyên.
Từ thâu đến phát... hình ai đó
Liệu có già đi một chút duyên?

10-01-1969

Thảm kịch bất ngờ

Con gà ăn hết bạc trên sông
Vỗ cánh về cung nguyệt rỉa lông
Tiện mỏ nuốt phăng thuyền hạ giới
Mắt thần chưa kịp báo phi công.

                                10-01-1969

Không làm nhân chứng

Lần cuối cùng Em hẹn gặp Anh,
Con đường quen thuộc bỗng vô danh.
Đá bưng tai mắt cây bưng mặt,
Ai giết đời ai biết lấy mình.

                                11-01-1969

Cung dâu người ngọc

Thạch Sanh thời đại - vẫn thơ ngây -
Cười chiếc lồng chim vút tới mây...
Công chúa bị giam, nàng chớ sợ,
Cung dâu ta bắn đại bằng đây!

11-01-1969

Nhắm mắt đưa chân

Kèn rung vặn nát tấm thân tơ
Đèn chuyển màu quanh vệt khói mờ...
Ai biết rồi đây ngừng nhịp điệu,
Xác phàm thương nữ chỉ còn trơ?

12-01-1969

Đâu mùa thơ mộng

Lối mòn xe nát hướng Tây Đông,
Mũi đánh hơi chưa gặp cỏ đồng,
Chú ngựa kéo lê đời giữa khoảng
Mùi tanh Chợ Cá ngát Lăng Ông.

12-01-1969

Cũng một đời say

Nằm trong bao, đợi tới phiên mình,
Cậu ấm nào không áo mới tinh!
Thân xác lửa thiêu, tàn trắng xóa,
Hương thừa đậm nhạt lấy làm vinh.

13-01-1969

Vỡ mộng liêu trai

Ma sợ cung vôi chạy vọt lên,
Người thơ giữa lúc mở bầu men.
Khai Xuân chưa kịp vui cùng khách
Đạn rót trời cao đã nổ rền.

                              Tết Mậu Thân

Đường về đỉnh giác

Đi hết đường Gươm, sẽ hiện ra
Đường Tơ cao thấp gió mưa sa...
Bên kia rừng biển đường Tu đấy;
Vượt dốc Thơ về đỉnh Thích Ca.

                              15-01-1969

Mở bút ghi điềm

Tin xuân gà gáy rách trời đêm
Tuổi nửa trăm vừa nửa chục thêm.
Đủ thấy điềm lành hai nửa nước
Một nhà trong ấm với ngoài êm.

                                                    Tết Kỷ Dậu

Hồn đẹp ai thâu

Cuốn phim ngày cưới chiếu lên
Xe hoa tiệc ngọc pháo rền người xinh...
Ngồi xem, chú rể bất bình:
Hồn ai đâu? Chỉ có hình bên ta!

                                                  20-01-1969

Giới hạn con người

Thịt da xương máu nhốt hồn oan
Như bốn bề vây tấm áo quan.
Vượt xuống... vùng lên chăng, Nghiệp dĩ?
Đáy Thời gian đó, nắp Không gian!

21-01-1969

Thiếu phụ soi gương

Đòi tập thư về em đốt đi
Cho thành than nhé mảnh tình si...
Lạ thay giòng chữ càng in đậm
Mỗi lúc em tô lại nét chì.

22-01-1969

Đá vọng giai nhân

Đứng mãi đây chờ cô gái xinh;
Hai mươi mấy đợt gió vô tình...
Hẳn không đợi đến trà mi nở
Người mới vong thân... đá hiện hình!

23-01-1969

Hạnh phúc nào hơn

Chữ lựa vần gieo đắc ý rồi
Đèn khêu vừa tỏ nước vừa sôi.
Nhựa say trà ngát thơ cao giọng
Hỏi Chúa Xuân rằng: ai có ngôi?

Tết Kỷ Dậu

Chữ ký thẳng hàng

"Hậu phương mãy hãy đợi xem thư".
Anh dặn tôi trong buổi tạ từ.
Đâu biết tin anh về quá sớm;
Đen ngòm nhật báo góc trang tư.

10-08-1969

Tiếng vang lịch sử

Xem nguyên tác Hán Việt trang sau

Đất xưa gà gáy mặt trời lên
Giục nhớ Quang Trung hịch sấm rền
Hoa mở cánh chào ngang dọc núi
Hòa âm cỏ ngát xuống bình nguyên

Tết Kỷ Dậu 1969

Kỷ Dậu hồi thanh

Nguyên tác chữ Hán

Kê minh nhật thướng cựu sơn xuyên
Hồi ức Quang Trung vũ hịch truyền.
Sơn vĩ sơn đầu hoa giải ngữ
Hòa âm xuân thảo nhiễu bình nguyên.

Thời gian ở đây

Máu mặt trời loang mặt biển chiều,
Một ngày thương tích đã trôi theo...
Trăng lên nữa đó! trăng vàng vọt
Đối diện cùng đêm bệnh hiểm nghèo.

15-09-1969

Đáy ly từng giọt bơ vơ
Theo nhau rụng xuống giấc mơ đen dần

thơ Vũ Hoàng Chương trang 72   Hàng Thị tái bản

Lời Tác Giả

Năm 1940, khi lựa thơ in vào tập **Thơ Say**, tôi đã gạt bỏ nhiều bài mang tính cách quá riêng tư, một phần cũng e rằng lời thơ quá non nớt. Bây giờ đã là 1970. Sau đó cả một cuộc biển dâu - đúng 30 năm - những e ngại nói trên không còn nữa, tôi quyết định gom góp lại thành một tập nhỏ mang tiểu đề *Tuổi Học Trò*. Để đối lại với những bài thơ Tình Yêu viết sau năm 40 tuổi - từ 1955 - trở đi - cũng góp thành tập nhỏ với tiểu đề *Từ Đấy Về Sau*.

Hợp cả lại, thành thi tập này - **Đời Vắng Em Rồi Say Với Ai** - nghĩa là thi tập này gồm 2 phần rõ rệt: Phần Nhất - *Tuổi Học Trò* - có 17 bài, đều là thơ Tình Yêu viết từ trước năm 1940; và Phần Hai - *Từ Đấy Về Sau* - đều là những sáng tác sau năm 1954 lựa được 19 bài trong các tập đã in trong khoảng 1955-68.

Nói riêng Phần Nhất, chỉ có 3 bài đã đăng báo, lần đầu tiên được lên khuôn chữ.

Tuổi Học Trò

đến khúc quanh rồi

Biết em từ thuở mới mười hai
Từ thuở em còn tóc xõa vai
Son phấn chưa dùng gương lược biếng
Nửa phần ham học nửa ham chơi.

Khoe hồng thắm mặc người trang điểm
Vẻ em xinh kiều diễm thiên nhiên
Lòng không bận chút lo phiền
Trò chơi "bịt mắt"... em quên tháng ngày.

Bông đào mỉm chưa say gỗ đá
Tuổi dậy thì trên má chưa căng
Núi cao chưa động nguồn băng
Đêm xanh đâu dễ tuần trăng vội tròn.

Cô thiếu nữ như còn lẩn bóng
Dưới nụ cười trong giọng trẻ thơ
Khi đùa khi học nhởn nhơ
Gấm hoa đầy một giấc mơ êm đềm.

Hoa xuân lần lượt nở bên thềm
Vẻ gấm càng khoe lộng lẫy thêm
Nhưng cũng theo xuân dần đổi khác
Tâm hồn, hy vọng, với đời em!

Lượt phấn điểm hồng thêm gò má
Cặp môi đào nay đã thắm son
Tuổi xuân gần tới trăng tròn
Tóc mây em quấn, đầu còn xõa vai!

Em chẳng còn ham chơi như trước
Nhịp máu rung trời nước đâu đâu
Có khi ngồi lặng giờ lâu
Vẩn vơ nét bút đường khâu ngại ngùng.

Xiết bao vẻ thẹn thùng e lệ
Trong làn thu cô bé năm xưa
Ai đem sầu muộn giăng tơ
Làm phai giấc mộng ngây thơ độ nào?

Chi đã vội gieo vào tiếng hát
Những buồn thương khao khát không đâu?
Giục chi tươi thắm lên màu
Cho hoa đẹp sớm để mau hoa tàn?

Kiều Thu! nghe chăng tôi than van?
Đến khúc quanh rồi, em hãy khoan!
Dừng gót nghe tình tôi trải rộng
Thành thơ trên mỗi bước em đàn!

Rồi em đi hết Thời gian
Hương say còn ủ mãi bàn chân hoa.

Hà nội 1936

cũng vì em

Em cười bảo: "Sao anh nhớ mãi
Từng chi tiết nhỏ quãng đời xưa?
Vui chuyện sao anh thường nhắc lại
Những lúc em còn tuổi ấu thơ?

Em thì chuyện cũ em quên hết
Vì em độ ấy mới mười hai,
Ngoài sự nô đùa em chẳng biết
Không buồn dĩ vãng mộng tương lai.

Nếu anh, từng ngón tay khoan nhặt,
Chẳng lượm dần bao kỷ niệm xưa
Trong lớp tàn tro ngày đã tắt,
Thì em chẳng nhớ đến bao giờ!"

Ôi Kiều Thu! hồn em trong sạch
Vui sống yêu đời tuổi trẻ thơ
Ham mê chúng bạn, mê đèn sách
Không chút mây buồn gợn giấc mơ.

Em quên hết? Quên là phải chứ!
Đời em đâu thiếu những êm đềm!
Nhưng kiếp u sầu, tôi gắng giữ
Chút tàn tro ngày sống bên em.

Tôi chẳng bao giờ quên giọng học
Đổ tuyết băng trên mộng hồn tôi
Trong những buổi trưa hè mệt nhọc
Hay lúc tan canh bướm lạc loài.

Tôi nhớ buổi chiều đông mưa gió
Nhà lan vắng vẻ một mình em
Tựa gối hồng thêu say giấc ngủ
Ngoài song dần tỏa bức rèm đêm.

Lá thư gởi bạn đầy mong nhớ
Em để bên giường, chưa viết xong,
Gió chợt thoảng qua rèm, khẽ mở
Đưa bay tờ giấy đến môi hồng.

Chớm lạnh, giật mình em tỉnh giấc
Bàng hoàng tay giữ bức tiên hoa
Vuốt mớ tóc lơi, em khẽ đọc...
- "Trời, thư ai viết gởi cho ta?"

Lúc ấy ngọn đèn xanh lả lướt
Về hùa theo ngọn gió đưa tin
Trên má đào xinh như bỡn cợt
Muôn màu tia sáng mập mờ in...

Ngày tắt nối đêm tàn chẳng lại
Nhưng tôi còn yêu nhớ viển vông
Ôm khối tình xa xưa mãi mãi
Kiều Thu em! có hiểu gì không?

Rồi đây em còn nhớ tôi không?
Còn nhớ tôi, khi trên cặp môi hồng
Trên hơi thở hương đưa dài vạn dặm
Và trên giọng hát điên rồ say đắm,
Gió xuân bay dần thổi rụng tơi bời
Cánh hoa non ngày thơ ấu mê chơi!
Khi bức rèm tuổi xanh mơ mộng
Đã cuốn dần theo Thời gian mau chóng
Để lộ màu tươi lộng lẫy không hai!
Khi mớ tóc mun không xòa rủ trên vai
Như trước nữa! Khi lòng em thay đổi!
Vì ngày xuân mang luôn hy vọng mới
Cho tâm hồn...
      Khi cô bé hôm nay
Chưa một ai ca tụng mê say
Đã trở thành trang thiếu nữ
Có phép thu hồn trong sóng thu tình tứ,
Khi vẻ phong lưu tuyệt sắc của giai nhân
Đã điểm nên tranh đã dệt nên vần
Đã rung nên muôn lời ca điệu hát
Trong lòng kẻ xưa nay lạnh nhạt
Hay vô tình cả với nàng Thơ
Hay chẳng biết văn chương nghệ thuật bao giờ,
Khi ấy, khi đời em đầy mộng tưởng
Như thủy trào dâng biển lớn mênh mông
Đắm đuối trong tương lai những giờ vui sẽ hưởng
Không biết em còn nhớ đến tôi không?

Riêng tôi sống cuộc đời vô vị
Khắc nỗi buồn u ẩn từ lâu.
Tôi ngao ngán thờ ơ, khinh bỉ
Hết!... Không hy vọng chẳng mong cầu.

Ôm khối hận gia đình trĩu nặng
Tôi căm hờn thù ghét hôn nhân
Lang thang sống giữa vùng im lặng
Chuỗi ngày tan tác mảnh phù vân

Cho đến lúc vì em, tôi được
Thấy mùa xuân thoảng vị men say
Tôi khao khát rồi tôi mơ ước
Chén rượu Tương lai hạnh phúc đầy.

Và rất muốn quên đời dĩ vãng
Để hồn nhiên theo giấc mơ yêu
Như sau trận cuồng phong buổi sáng
Đơn độc thuyền con tạm nghỉ chèo.

Bên bờ ấm áp xuân phơi phới
Sửa mui bồng lau vết phong ba
Đắm thân trúc vào hương nắng mới
Vào sắc mây trên nước la đà.

Nhưng một ngày kia thuyền bỏ bến
Đi tìm giông bão chốn xa xôi
Vì kiếp giang hồ chưa đến hẹn
Nên hưởng êm đềm khoảnh khắc thôi.

Cũng như lúc mảnh hồn trong trắng
Với tình si trao hết cho em
Tôi lại bơ vơ đường quạnh vắng
Chiếc lá khô tàn mặc gió đem.

Ôi, một kẻ đi đày tuyệt vọng
Suốt đời Số mệnh chẳng buông tha,
Tôi theo đuổi chút gì vang bóng
Yêu vui hồi hộp những ngày qua.

Tôi không quên... dù em chẳng nhớ
Rằng vì em tôi biết yêu đương!
Nếu rồi đây trong đời mưa gió
Một vài tia nắng xé màn sương,

Đem lại cho lòng tôi nguội lạnh
Hơi tàn dịu ấm của thời xưa;
Nếu trên bước đường xa hiu quạnh
Tôi không ngao ngán tháng năm thừa,

Để gượng sống so dây Thi nhạc
Cao dâng lời thảm khúc bi ca
Cho rung động Loài Người tệ bạc...
Cũng vì em, Tình của đôi ta!

Hà nội 1936

tình thứ nhất

Xuân đắm trong mơ... một buổi chiều
Bên em anh thấy sóng lòng xiêu
Mê man giãi hết tình u ẩn
Trong lúc điên rồ anh quá yêu.

Vì anh vẫn ước: Chẳng bao giờ
Em hiểu tình ta, nhắc chuyện xưa.
Anh sợ đời anh đầy lệ tủi
Không làm vui được em ngây thơ.

Nhưng anh tha thiết, có ngờ đâu
Một khắc tan hoang ý buổi đầu.
Anh đã đem dâng tình thứ nhất
Đáy lòng chôn chặt tự bao lâu.

Em cười... chế giễu: "Anh thường bảo
Ưa kiếp giang hồ sống lẻ loi;
Sao anh nghĩ đến tình duyên sớm,
Gạn hỏi chiều nay chuyện lứa đôi?"

Cười cợt nhưng lòng bao cảm động
Ngập ngừng trên má lệ long lanh.
Thổn thức, tim em thầm mách lẻo
Rằng em giây phút đã yêu anh.

Hỡi ơi một phút giây huyền ảo
Đủ dẹp lòng anh sóng gió yên!
Anh sẽ trầm luân ngàn kiếp nhớ,
Cho dẫu ngày mai em lãng quên.

Hà nội 1936

màu say

Mợ bảo: "Cuối thu lạnh đấy,
Hàng "len" về đã nhiều rồi;
Con liệu đi cùng anh ấy,
Xem màu cắt áo đi thôi!"

Em nhìn anh, cười bĩu môi;
Giống hệt ba năm về trước
Ngắm gương rẽ thử đường ngôi
Chỉ sợ anh nhìn thấy được...

Ai biết chiều nay sánh bước
Hàng Ngang Hàng Trống Hàng Khay!
Cả một trời anh mơ ước
Mở trong tà áo em bay.

Anh và em cùng nắm tay
Hà nội lên đèn sáng rực.
Má hồng như có men say
Ủ một mùa hoa thơm phức.

Mỗi bước em càng nao nức
Nhủ anh: "Màu đỏ Rượu vang
Là màu em mê hết sức."
Anh cười: "Chính đó thời trang."

Đủ màu "len" đẹp huy hoàng
Nhưng hết màu em khao khát...
Anh khuyên: "Hàng mới sắp sang;
Chớ gượng vơ màu Rượu chát!"

Đã chọn, lòng say chẳng nhạt,
Em cùng một ý với anh.
Và chỉ buồn trong giây lát
Tuần sau giấc mộng sẽ thành.

Ôi tuần sau! Đã mong manh
Ủ một chiều say nữa đó!
Gần nhau say mộng say tình,
Chẳng cứ Rượu vang màu đỏ

                              Hà nội 1936

còn nhớ hay quên

Em ơi, còn nhớ năm xưa
Đôi ta gỡ nắng guồng mưa dệt Tình?

Buổi nắng Trấn Ba Đình, em mệt
Nghỉ bên hồ lau vết mồ hôi
Trong khung tóc liễu rối bời
Má đào hoen phấn thêm tươi lạ lùng.

Mưa chia cách, khăn hồng vò võ
Thấy tôi về em bỏ đường khâu
Trách rằng: Sao quá đi lâu
Hẳn anh còn rẽ vào đâu tìm vần?

Dứt lời nói, ân cần e lệ
Cúi đầu thêu em khẽ mỉm cười
Rồi lên giọng hát tuyệt vời
Chỉ kim quăng ném tơi bời một bên...

Em còn nhớ hay quên ngày cũ?
Nắng mưa xưa ấp ủ lòng tôi.
Mấy phen guồng lệ bồi hồi
Gỡ tơ sầu, chẳng sao nguôi lòng này.

Khăn nào quấn thành mây non Tản?
Tay sông Đà chỉ loạn kim rơi...
Một mình riêng nhớ, em ơi,
Biết đâu Nùng Nhị nay trời nắng mưa!

Sơn tây 1937

im lặng

Em biết anh chờ em ngã ba
Trường Thi Ngõ Huyện vắng người qua
Đi chung một quãng, chiều tan học
Chẳng nói "yêu" mà yêu thiết tha.

Em biết anh chờ em ngã tư
Hàng Khay Hàng Trống để trao thư
Lời "yêu" chẳng viết nhưng trong ý
Ta đã cùng chia một động từ.

Em biết anh chờ em góc nào
Của Hồ Gươm xanh như chiêm bao
"Lựa hoa cài tóc cho em nhé!"
Thầm dặn... không là "yêu" đó sao?

Em biết ngay từ buổi nắng phai
Giùm em thử áo đỡ ngang vai
Bàn tay anh chạm vào da thịt
In dấu "Tình Yêu" lửa cháy dài.

Em biết, trời ơi!... những buổi chiều
Nghe trong im lặng nẩy mầm "Yêu"
Những đêm tay nắm tay ngồi học
Càng học bao nhiêu quên bấy nhiêu!

Im lặng cùng nhau sống giấc mơ
Tưởng như không tỉnh lại bao giờ...
Còn e đời chẳng tin là thật
Anh học làm thơ, em chép thơ.

Hà nội 1937

dọc đường hoa nở

Lần đầu em bước lên xe
Chơi xuân tỉnh Bắc nghỉ hè tỉnh Đông.
Xe hơi đường cuốn bụi hồng
Lắc lư xe lửa mây lồng khói xanh.
Hay xe ngựa kéo vòng quanh...
Xe nào em chẳng có anh ngồi kề!
Đắm nhìn cỏ biếc ven đê
- Hẳn em mơ ước: chuyến về xe hoa.
Ý này đâu dám nói ra
Sợ em hờn dỗi cả nhà ngạc nhiên
Anh đành vẽ giấc mơ duyên
Thành thơ gởi sóng tóc huyền nhẹ rung.
Ô kìa, đã má em hồng!
Anh lo hão đấy, em không dỗi hờn!
Chuyến đi du thủy du sơn
Chuyến về đôi lứa gần hơn liền cành.
Gần hơn cả bóng với hình
Sườn xe mọc cánh hoa Tình bay cao

Hà nội 1938

trời nước tỉnh đông

"Sang đò cò nhảy..." em còn nhớ,
Kiều Thu ơi, những buổi "đánh chuyền"?
Bây giờ mới thật sang đò chứ;
Nhịp bước chim Ương và chim Uyên!

Bên kia đò ngang là tỉnh ly
Hải dương rồi đấy, em biết không?
Mà em cần biết làm chi nhỉ!
Mau xuống đò thôi kẻo mợ trông.

Dắt tay nhau chạy xuôi con dốc,
Bềnh bồng sông nước bỗng lao đao...
Em nói: "Để em cài lại tóc!"
Mà như trọn vẹn một đời trao.

Gió lên, đò nhỏ xiêu chân sóng,
Vừa gỡ tay ra, vội nắm tay.
Đứng sát vai nhau liền cả bóng
Tình ta ai gỡ nổi từ nay?

Gió lên cao mãi, đò nghiêng ngả
Anh thấm dần men da thịt yêu
Tưởng thấy sông trôi toàn rượu cả,
Liếc nhìn: em cũng say bao nhiêu!

Má đào như cháy lên ngùn ngụt
Em thẹn, buông dần năm ngón hoa.
Thời gian được thả về, trôi vút,
Đò đã sang sông nắng đã tà.

Hải dương 1937

đi thi

Mùa thi rối gương lược
Anh sửa soạn cho em
Ngay từ nửa tháng trước
Ngồi khuya đêm lại đêm.
Hoa gạo nở tươi điềm tất thắng
Sao em còn lo lắng vẩn vơ?
Anh ơi, từ buổi tình sâu nặng
Em thuộc gì đâu, chỉ thuộc thơ!

Đủ các môn, em học
Mỗi bài cả trăm lần
Nhưng vang dội tim óc
Toàn lời thơ ái ân.
Tại anh viết bao vần thương mến
Đường chim xanh trao đến em chi
Để em ngơ ngẩn trong e thẹn
Đêm ngủ càng thao thức dị kỳ!

Giòng chữ nghe ẩn hiện
Ngọt ngào trên đôi môi
Nồng say như gió biển
Lùa trong nhịp máu trôi.
Mặc dầu chỉ xem rồi lại trả
Về tay anh tất cả thư từ
Men Tình Yêu vẫn say em quá
Em bắt đền anh không đáng ư?...

Một tuần qua vùn vụt
Kỳ thi viết xong xuôi
Anh ngồi bên học giúp
Cho em mau thuộc bài.
Bảng vấn đáp kề vai nhẩm đọc
Em quá mừng suýt khóc bên anh
Tên em vừa tỏ như trăng mọc
Giữa bốn trời sao tên thí sinh.

Ải cuối cùng dễ vượt!
Ghé tai anh dặn dò
Câu nào em không thuộc
Đằng sau anh nhắc cho!...
Đường về nhà quanh co thơm ngát
Em nhìn anh, chưa nhạt cơn mê:
"Đời em chẳng có anh sao được!"
Lời nói như say một chén thề...

Ứng điềm hoa gạo nở
Ôi, đóa hôn đầu tiên!
Cả hai cùng bỡ ngỡ:
Anh đền hay em đền?

Hà nội 1937

đỉnh chót vót

Theo gió xuân lên đường Ngọc hà
Nẻo về tươi nắng Trại Hàng hoa
Đến vườn Bách thảo anh reo khẽ:
"Thượng Uyển này riêng của chúng ta!"

Em bĩu môi xinh: "Làm như vua!"
Rồi không dưng chợt buồn vu vơ.
Hỏi, em ngoảnh mặt đi nơi khác
Như giấu tâm tình đang gió mưa.

Anh hiểu rồi; em đã giận hờn.
Làm vua, em chẳng ghét gì hơn!
Ba cung sáu viện đầy nhan sắc,
Hoàng hậu nào xưa tủi bóng đơn!

Em giận mà em chẳng bắt đền
Anh đành nói lại: "Đây Hoa viên
Của chàng thi sĩ yêu em đấy,
Chỉ một mình em thôi, chớ ghen!"

Nguôi rồi em vẫn còn rưng rưng
Chậm bước theo anh vào giữa rừng.
Ai hay phút chốc em quên giận:
"Anh ạ, bầy hươu đẹp quá chừng!"

Chiều xuống cỏ non mơn mởn xanh
Hươu sao nghển gặm lá trên cành.
Bỗng nghe cọp hú vang trong gió
Em giễu: "Kìa ông bạn gọi anh!"

Đúng rồi... ông bạn ở sau đền
Chỉ cách phòng anh một mái hiên
Chuồng cọp phòng văn hai giấc mộng
Đi về chung một nẻo cô miên.

Bạn gọi, nhưng anh còn có em,
Nắng chưa tắt hẳn, chiều xuân êm.
Chúng ta phải tới non Nùng chứ?
Líu ríu vừa nghe lọt tiếng chim.

Thoăn thoắt trèo lên, miệng mỉm cười:
"Núi chi mà thấp quá anh ơi!
Đứng trên đỉnh vẫn không nhìn thấy
Mặt nước hồ Gươm biếc ánh trời."

Anh nhủ: "Non Nùng chẳng mấy cao;
Gần đây còn có núi Trông Sao
Nhưng sườn đá dốc đầy nguy hiểm
Trần tục chưa ai tới được nào."

Em ngờ vực, hỏi: "Còn hai ta?"
Anh cười: "May được đấy! nhưng mà
Em và anh phải giàu tin tưởng
Tránh hết bùn nhơ dưới gót pha."

Níu vai anh xuống, em nghiêng đầu:
"Chớ tưởng em còn bé nữa đâu!
Em hiểu những lời anh nói lắm...
Thôi, ta về nhé! Mợ chờ lâu."

Đưa em về phố, tạm chia tay
Trở lại vườn khuya anh vẫn say
Trên đỉnh Tình Yêu hồn chót vót
Tha hồ cọp hú lộng hơi may...

Hà nội 1938

nhớ thu

Những đêm đông buồn trăng vắng
      từ nơi vô hình yên lặng
Muôn tiếng than dài đưa vẳng
      tung bay rẽ đám mây mù
Lướt qua hồ rộng
      mà bờ khuya đã chìm trong sương trắng
Hay vờn rung bóng tối
      nơi rừng sâu hồn gió vi vu...
Phải chăng anh
      phải chăng điệu sầu thương theo gió vi vu
Của nước non yêu nhớ mùa thu?

Nhớ tiếc những ngày thu lại
      mang theo vẻ buồn tê tái
Nhưng thật dịu dàng êm ái
      như chuông chiều thoảng mây qua
Như giòng suối mơ hồ
      ẩn hiện bên sườn non, mê mải
Rừng cây xanh bờ cỏ biếc,
      véo von cùng tiếng chim ca;
Vẻ buồn bông lông kín đáo
      não nùng như khúc bi ca
Của khách phiêu linh dưới bóng tà!

Tia sáng mùa thu mờ dịu
      thoảng lướt rừng khô gió yếu
Man mác nhẹ nhàng như liễu
      buồn như hơi thở cuối cùng.

Ôi sắc đẹp gợi hồn Thơ
      bao vẻ thanh cao huyền diệu!
Cho nên lòng Cảnh vật
      vì thu say đắm đã từng rung
Như lòng ai kia
      dưới ngón tay hồng người ngọc từng rung
Xa chìm nơi biển mộng Tình chung.

Nhưng tiếc mùa thu năm ấy
      cũng vì non sông đã thấy
Một nàng tươi xinh lộng lẫy
      với rèm thơ ấu mờ che
Buông nhẹ gót đào non
      trên thảm cỏ sương đầm gió chạy
Hay trên đường lau sóng lượn
      rồi bên bờ suối pha lê
Thoắt dừng chân
      nàng múc trong tay ngà muôn hạt pha lê
Tưới cảnh chiều hôm ánh sáng về.

Hay lúc tà huy lưu luyến
      nơi ngàn cây xa gió chuyển
Như tiên nga vườn Thượng uyển
      tả tơi làn tóc đưa hương
Lóng lánh áo hồng nâu
      như thêu gợn muôn đường kim tuyến
Dưới khe lá rừng thu vắng
      hoàng hôn hấp hối còn vương
Nàng thơ ngây ngồi nhặt lá
      trên đồi cỏ úa còn vương
Giữa rừng thu dịu trắng hơi sương...

Ngày nay phía ngàn trơ trọi
    hoa cỏ âu sầu than gọi
Cùng bóng chiều hôm thăm hỏi:
    nàng tiên thu trước giờ đâu?
Để riêng hiu quạnh non sông
    suối bạc mây hồng mong mỏi.
Thu đi nàng vắng bóng
    ngày đông lạnh lẽo chảy càng lâu.
Biết chăng, nàng tuyệt sắc,
    cảnh yêu người tình thắm dài lâu
Vì nàng đi mang vết thương sâu?

Thi sĩ buồn chung với cảnh
    nên khi đêm tàn sao lạnh
Ngắm khoảng xa vời hiu quạnh
    xót cho thân thế phù du
Mến tiếc nơi lầu cũ người xưa
    mà nay tôi phải lánh
Tôi thường nghe vẳng tiếng than dài
    trong hồn gió vi vu.
Phải chăng anh
    phải chăng điệu sầu thương theo gió vi vu
Của lòng tôi yêu nhớ Kiều Thu?

                                          Hà nội 1936

ba chữ mê hoặc

Kèm cho cả nhà học
Đã có thày giáo riêng.
Anh qua lại khuya sớm
Chỉ vì: "Anh yêu em."

Nhà đông người vui nhộn
Chẳng ai còn nhớ ra
Nơi này anh có mặt
Vì đâu? từ bao giờ?

Em là gái lớn nhất
Mà chưa lớn bao nhiêu
Cậu mợ so đôi tuổi
Thì anh hơn em nhiều.

Một Tết, hai, ba Tết,
Thời gian như rượu say
Tình yêu như mật ngọt
Thấm bao giờ không hay...

Bài toán khó, em hỏi,
Trêu cợt, anh lắc đầu:
"Em hỏi thày giáo chứ;
Anh biết làm toán đâu!"

Em giận không cười nữa:
"Thôi thế anh về đi!"
- "Trời! anh về sao được,
Bên ngoài đêm đã khuya!"

"Ờ nhỉ!" em hốt hoảng
Trông ra phía hàng hiên...
Mây trời như nín thở,
Trăng hạ tuần vừa lên.

Bên này phía bàn học
Anh không nhìn thấy trăng
Nhưng mắt em vời vợi
Chứa cả mấy cung Hằng.

Thẫn thờ anh đứng dậy
Đến gần em, dỗ dành.
Hiểu ý người trong cuộc
Mây ngoài trời bay nhanh.

Trăng vơi mà vẫn tỏ,
Giận nhau càng yêu thêm.
Run rẩy, anh ngâm khẽ
Rằng: Hăm mốt nửa đêm!

Chuông đồng hồ phụ họa
Thành bản nhạc Tình si.
Hai đứa lại ngồi học
Nay mai rồi sắp thi.

Chẳng bài toán nào khó
Hơn bài toán đôi ta:
Nhân lên hay cộng lại
Cho đêm dài mãi ra?

Sao không đêm bất tận?
Để anh ngồi luôn đây
Nhìn em và vuốt tóc
Chờ môi dâng rượu đầy!

Anh đặt lại con số
Em vẽ lại góc vuông...
"Xong rồi!" Anh ném bút,
Cười vui như điên cuồng.

"Này nhé, anh hăm mốt;
Em cũng tròn mười lăm.
Chỉ có mỗi một cách:
Từ đây duyên trăm năm."

"Trăm năm!" em hỏi lại;
"Đêm dài đến thế sao?"
Đồng hồ điểm hai tiếng
Giữa hai bàn tay trao...

Giòng đời rót hạnh phúc,
Bao nhiêu đêm ngồi kề
Bấy nhiêu vòng khăng khít
Buộc đôi hồn si mê.

Rất nhiều sớm chủ nhật
Anh xuống phố lang thang
Rồi đến chiều, đến tối
Cũng không về "rừng hoang."

Ôi, khu rừng Bách thảo,
Quán trọ đời thư sinh,
Hươu nai hoa cỏ đẹp
Nhưng bằng đâu Quê Tình!

Những trưa hè nóng bức
Cả nhà đều ngủ yên
Phòng học mênh mang quá,
Chỉ còn anh với em.

Những chiều đông rét mướt
Cả nhà ngồi vây quanh
Bàn ăn khói nghi ngút,
Gần em vẫn có anh.

Những tối đi coi hát
Cải lương từ Nam ra,
Hẹn hò nhau hai đứa
Cùng đi với cả nhà.

Hà nội sân khấu lớn
Tuồng diễn "Bàng quý phi".
Bao giọt lệ đa cảm,
Lòng xuân tuổi dậy thì!

Hết lời anh khuyên giải
Em vẫn chẳng nguôi cho.
Từ đấy em hờn giận
Nhiều hơn, làm anh lo.

Nhưng anh rất tin tưởng
Nơi tình yêu nhiệm mầu.
Lòng em càng lắng xuống
Hình anh càng khắc sâu!

Gánh hát rời xứ Bắc
Cơn khủng hoảng tan dần
Chỉ còn một thiếu nữ
Yêu anh chàng thi nhân!

Coi chàng hơn bạn thiết
Coi chàng hơn anh trai
Từ lúc còn thơ ấu
Thoắt đã bốn năm rồi.

Chàng vẫn như chiếc bóng
Qua lại bước êm ru.
Thịt da nào gợn sóng
Vang dội tên: Kiều Thu!

Kiều Thu ơi, thơ viết
Trăm ngàn vần cho em
Cũng chỉ là tiếng đập
Từ sâu thẳm trái tim.

Cho đến ngày Tận thế
Tình ta như Buổi đầu
"Anh yêu em" ba chữ
Cùng trời đất dài lâu.

Hà nội 1938

gọi lòng kiêu

Tự nhủ sống là quên, anh vẫn muốn
Đem tháng ngày khâu kín vết chia ly
Nhưng mỗi phút Thời gian đưa thép nhọn
Máu thầm rơi mỗi phút đáy tim si.

Anh cũng muốn thiêu hồn trong lửa đỏ
Lượm tàn tro vang bóng gửi xa đem
Nhưng mỗi lúc buông tay liều mặc gió
Anh nhớ ngày thơ mộng sống bên em.

Anh lại muốn đắm trong đời trác táng
Giữa mê ly đầy xác thịt kiêu sa
Nhưng mỗi lúc đêm tan trời hửng sáng
Anh khóc mùa trinh bạch sớm tiêu ma.

Nên anh đến xin em lời hắt hủi
Để chiều nay khi gió gọi trăng lên
Anh sẽ với rừng khuya san nỗi tủi
Gọi lòng kiêu mau tới giúp anh quên.

Hà nội 1938

quay về

Đêm xe lửa ghé Na sầm
Lũng sâu chợt hiểu gõ lầm ải quan
Núi vây lòng chảo mê man
Khói sương đè nặng lá gan cây rừng.
Lạc loài thôn bản rưng rưng
Kiều Thu, Hà nội... mấy từng xa xưa!

Bấy lâu xuôi ngược đường Nam Bắc
Đầu máy vô tình mặc đẩy đưa.
Tuần trước ga Thanh còn ruổi nắng
Chiều nay xứ Lạng đã giong mưa.

Vui chi phố chợ Kỳ lừa
Nằm đây nung nấu lòng dưa héo giòn...
Chẳng toa nào chở rượu ngon
Song song đường sắt nỉ non canh dài.
Làm sao quên được tình ai
Chàng Lưu còn nẻo Thiên thai còn tìm!

Mai anh bỏ kiếp giang hồ lại.
Đáy biển vừa rung động mũi kim.
Phải gắng thêu xong đường chỉ dở
Uyên Ương liền cánh mãi đôi chim!

Dư âm Hà nội chưa chìm
Kiều Thu còn vẹn trái tim đa tình.

Na sầm 1939

giấc mộng đầu

Có một ngày xuân cuối
Anh đến ngỏ tình yêu
Những bài thơ anh đọc
Tha thiết là bao nhiêu!

Em, anh, cùng cảm động
Cùng bối rối như nhau
Điên cuồng anh gạn hỏi
Im lặng em cúi đầu...
Hai ta cùng bẽn lẽn
Nhưng từ đấy về sau
Bao nhiêu là chuyện thần tiên quá
Nhảy múa thi trong giấc mộng đầu.

Một hôm anh trêu tức
Em đuổi đánh vào vai
Vò đầu cho rối tóc
Và mím chặt môi cười.
Bao nhiêu cử chỉ làm duyên ấy
Đã mách tình em đủ lắm rồi!...

Em còn giấu sao được
Anh hiểu hết, em ơi
Em đừng chối vô ích
"Làm duyên" là "yêu" rồi.

Anh bảo: em cố học
Rồi mai chung một nghề
Đôi ta ngày bốn buổi
Dắt tay cùng đi về.
Bao giờ mùa hạ đến
Ta cùng được nghỉ ngơi
Chapa rừng núi đẹp
Là chỗ ta đi chơi.
Em reo: thích nhỉ!... như vừa được
Sống trước say sưa một quãng đời...
Em còn giấu chi nữa
Anh hiểu hết, em ơi
Cũng đừng chối, vô ích
"Thích nhỉ" là "yêu" rồi!

Một lá thư nhỏ nhắn
Chữ tươi màu mực xanh
Của cô nào không biết
Nhưng đề rõ tên anh

Anh cất trong túi áo
Ngồi bên em đánh rơi
Em vô tình bắt được
Hờn dỗi mấy hôm trời.
Nhưng đâu có phải anh lơ đãng,
Anh muốn thử lòng em đấy thôi...
Thôi em đừng giấu nữa
Em đã yêu anh rồi
Càng chối càng vô ích
"Hờn dỗi" là "yêu" rồi!

Bao nhiêu năm gần gũi
Bao nhiêu ngày bên nhau
Anh không phải là sắt
Em có là gỗ đâu!
Nụ cười đuôi mắt say sưa ấy
Đã hẹn yêu anh đến bạc đầu...
Nhưng em không chịu nói
Không thú nhận rằng yêu
Chỉ vì chưa bỏ được
Tính trẻ với lòng kiêu.

Vả lại em thường bảo:
Hương nhẹ vẫn thơm lâu
Tình yêu rõ rệt quá
Chỉ sợ không bền đâu.

Không cần phải hẹn hứa
Không cần nói yêu nhau
Không yêu mà vẫn là yêu đấy
Êm đẹp làm sao giấc mộng đầu!

Hà nội 1939

bàn tay vần điệu

Nàng mong manh nhớ gã ôm sầu
Rèm nhớ đìu hiu lẻ gối sầu
Tình buộc mãi sầu khơi mãi nhớ
Thư xem trong nhớ viết trong sầu
Dâng sầu bủa kín đêm ngày nhớ
Nghe nhớ lây sang gỗ đá sầu
Vân điệu nở hoa xin hãy vuốt
Cho nàng nguôi nhớ gã nguôi sầu

Hà nội 1939

rằng thực rằng hư

Kiếp nào Mỵ Nương Trương Chi
Kiếp này đôi lứa tình si đã liều
Chén thề hoa ngát men yêu
Tự ngàn xưa bỗng một chiều lại say.

Kiếp xưa đèn tỏ chiều nay
Môi đào kia, má nhung này: cố nhân!
Sánh vai ngâm xuống cõi trần
Muôn đời xa, phút giây gần, dễ chi!

Ngâm rằng đôi lứa tình si
Một yêu, thôi có sá gì biển dâu!
Tiếng rung vẽ giấc mơ đầu
Qua thời gian; vẫn nguyên màu chưa phai.

Nòi Tình sau trước hỡi ai,
Tin nhau há chỉ "một vài phần" ư?
Thuyền trôi, rằng thực rằng hư
Gái Lầu Tây với Chàng Ngư Phủ nào?

Hà nội 1939

Từ Đấy Về Sau

Đời vắng em rồi say với ai?
Còn ai say được nữa đời trai!
Nàng Men, vợ góa Lưu Linh trước
Bước đã cuồng phong tắt đáy chai.
Tiên nữ Má hồng nâu thuở nọ
Hài son ngọn bấc cũng dần phai.
Xuân đi, vòng sắp tròn Hoa giáp
Liệu có hai lần song nở mai?

Theo bản in trong tạp chí **Văn** số 183 ngày 01-08-1971.
(Bản in trên trang cuối của thi phẩm này có vài chữ sai.)

nửa đêm trừ tịch

Bấy nay một mối tình cao quý
Tưởng đã chìm sâu cát bụi đời
Khoảnh khắc thiêu tàn duyên tục lụy
Nửa đêm Trừ tịch gió lên khơi.

Giai nhân danh sĩ mấy người
Bốn phương tâm sự một trời Cố đô.
Mười năm qua, đến bây giờ
Nhìn nhau thấy cả giấc mơ thuở nào.

Xuân về nhớ thuở ngát chiêm bao
Giòng nước trôi xuôi chợt nghẹn ngào
Lạc lõng vàng son màu lữ thứ
Cành mai gượng ánh mặt hoa đào.

Mười phần xuân có gầy hao
Tấm lòng xuân vẫn dạt dào như xưa.
Mấy phen biếc đón hồng đưa
Dẫu rằng xong, vẫn là chưa thỏa nguyền.

Chung một nòi Thơ chín kiếp duyên
Mối tình nguyên thủy vẫn y nguyên
Trải vui trăng nước sầu mưa gió
Cùng lạc về đây bốn hướng thuyền.

Cảm thông giữa phút hàn huyên
Ta nghe cặp mắt u huyền nao nao
Vũ lăng nhớ chuyện suối Đào
Chia tay chẳng biết phương nào tìm quê.

Có nghĩa gì đâu một chữ "về"
Nếu không ngàn dặm ngược sơn khê
Nếu không ngược cả mười năm ấy
Về tận kinh đô của Ước thề!

Mùa xuân quạt gởi thơ đề
Bảo dùm ta - chúa Xuân hề! - còn không?
Hỡi ơi, một phút mơ mòng
Đã tan rồi, mấy phương lòng sầu lên!

Sàigòn 1955

trách gì ai

Ai trách gì ai những bấy lâu
Xem thơ chẳng biết ý thơ sầu!
Thi nhân tự trách mình thôi chứ:
Bèo nổi mà sao rễ quá sâu?

Cuối sông nước chảy về đâu?
Rễ bèo khăng khít riêng đầu sông Tương.
Chiều mưa bàng bạc phố phường
Lệ rưng rưng chợt ngùi thương cho tình.

Chiêm bao một phút nở hoa quỳnh
Mà trắng đôi tay cũng bất bình
Huống đã hoài công chờ nửa kiếp
Vườn trần hoa lạ bướm Trang sinh.

Nào ai đâu bóng mê hình,
Phải chăng mình tự dối mình bấy nay?
Hoàng hôn xuống, lệ mưa bay
Sầu lên chẳng nhắp mà cay men hờ.

Hỡi ơi, tình vẫn chỉ là mơ,
Sao cũng đòi phen giận với ngờ?
Mới biết mình si là thế đấy...
Mà ai si đến thế bao giờ!

Có chăng một gã làm thơ
Mười năm cửa khép mây mờ tháp cao
Nhớ giai nhân tự kiếp nào
Mở lòng ra đón trăng vào thử xem.

Ví có đài gương tỏ trước rèm
Mà ai kiếp trước có là em...
Nhưng thôi, còn ước ao gì nữa,
Bốn ngả tâm tình ngập bóng đêm!

Hồn trong dĩ vãng tan chìm
Ngọn tàn đăng cũng im lìm cánh hoa.
Lỡ nhau một kiếp xưa mà
Đành thôi ngàn kiếp sau là Sâm Thương!

Sàigòn 1955

một bài thơ [1]

Vì ai làm một bài thơ
Từ [2] bao giờ đến bây giờ mới xong.

Đầu trang vằng vặc gương trong
Nhạc lơi cánh bướm hương phong nụ đào
Cuối trang vần điệu xôn xao
Lửa si mê bỗng cháy vào làn môi...
Đền nhau một chiếc hôn rồi
Mười lăm năm biết có nguôi giận hờn? [3]
Sánh vai căn vặn nguồn cơn:
Miệng người yêu có ngọt hơn trăng rằm?
Anh rằng: Đôi cánh phương tâm
Mái Tây vừa thoáng [4] hương trầm đó em!
Kề vai căn vặn nỗi niềm:
Má người yêu có tơ mềm tuyết nhung?
Em rằng: Một đóa phù dung
Mấy tang thương vẫn ngại ngùng gió mưa!

Lời sao lời mới dễ ưa!
Vàng nghiêng lòng chén hoa chưa ráo thề.
Hoàng hà chi thủy lai hề?
Phó cho sông chảy ngược về trời cao!

Sài gòn 1955

Bài thơ này trích từ thi phẩm **Hoa Đăng** (1959), trong đó

[1] Tựa là *Tình Si*
[2] Chữ *từ* nguyên là chữ *tự*
[3] Hai câu này nguyên là
   Đền nhau chẳng đợi luân hồi
   Mười lăm năm họa chút nguôi giận hờn!
[4] Chữ *thoáng* nguyên là chữ *thoảng*

mai trắng

Xuân mới ba mươi sáu nõn nường
Riêng cành mai cũ chiếm yêu đương.
Dài sông nghĩa ấy tình cao núi
Pha tuyết thân này mặt nhuốm sương.
Chẳng đợi Đông quân làm Đạo chủ
Vẫn là Hoa hậu sánh Thi vương.
Giang Nam mộng lẫn vào Giang Bắc
Trời bốn phương lòng chỉ một phương.

                                                        Sàigòn 1956

mộng giao đài

Nắng vàng theo gió vàng lên
Có ai theo gió về trên lầu ngà?
Hương bay thềm Quế xa xa
Nghìn thu chị Nguyệt chưa già ai ơi!
Từ theo trái Đất giong chơi
Vóc băng sương có đầy vơi ít nhiều.
Xót thay, lòng vẫn tiêu điều:
Lửa hành tinh, mấy mùa yêu, đã tàn.

Ngọc phai vàng tắt dung nhan
Tương tư lạnh khoá cung Hàn từng đêm.
Lệ rơi ướt bảy màu xiêm
Ngang sông quạ réo càng thêm gợi sầu.

Lệ rơi xiêm ướt bảy màu
Ngang sông quạ réo gợi sầu tương tư.
Đêm qua gió vẳng lời thơ
Chiều nay lại một chiều mơ xuống trần.

Có ai nặng tấm lòng xuân
Từ khi cõi Tục xa dần cõi Tiên?
Có ai lòng nặng thiên duyên
Từ khi bụi xóa đường lên non Bồng?
Có ai tình cũ nặng lòng
Từ khi suối thắm nghẹn giòng Thiên thai?
Để cho mộng biếc Giao đài
Xe mây rẽ lối trần ai một chiều.

Sàigòn 1959

tâm sự một người

Thơ ném mười phương
Tình trao thiên hạ
Mỏi nhớ mòn thương
Ngàn dâu bóng ngả.
Gối chăn ơi, hỡi chiếu giường,
Vùi đây tâm sự thê lương!

Tiếng thở dài sao rụng
Hàng lệ đắng mưa tuôn.
Đầu ấp vào ngươi
Mình riết vào ngươi
Giòng đau tâm sự khơi nguồn.
Bình sinh mộng đã hoàng hôn
Bông, tre, vải, cói... mồ chôn cuộc đời.

Ta khóc cùng ngươi
Ta giãi cùng ngươi
Giòng đau tâm sự đầy vơi.
Gối chông chênh, mền cũ nếp khâu rời
Chiếu mong manh, giường hẹp của ta ơi!

Trăng rụng nửa vời
Đêm mờ trọn kiếp
Nghiêng đĩa dầu vơi
Không thành giấc điệp.
Bảo giùm ta, gối hỡi chăn hời!
Phương nào sự nghiệp?
Tình mất đâu nơi?

Hương phấn vàng son ngoài cửa khép
Then cài nghe mộng tứ bề rơi.
Gối chăn yêu mến, giường thân thiết,
Ta mở hồn ta với các ngươi!

                                        Sàigòn 1957

công chúa Paris

Từ thu về, ngọn gió may
Lướt mũi kim vàng thoăn thoắt.
Xong rồi! Cô thợ khéo tay
Chiếc áo thời trang đã cắt!

Màu chuyển... Đũa tiên vừa đặt
Cây cành thôi khoác thanh y.
Từng phố, đây từng chỗ ngoặt:
Áo vàng Công chúa Paris.

Khách du có gã tình si
Quyết hái bàn tay Công chúa
Ôi nàng đã thiết triều nghi:
Lộng lẫy ngai vàng lá úa!

Lệnh xuống, bừng lên khúc múa:
Trăm ngàn pho tượng hồi sinh;
Nhịp với đồng vươn đá cựa
Mấy mùa vang bóng hiển linh.

Hai mươi thế kỷ nghiêng mình
Hai chục Paris tròn mắt.
Trái tim vàng của Đế kinh
Họa điệu tình ca khoan nhặt.

Ai bảo đồng kia lạnh ngắt?
Ai rằng đá nọ trơ trơ?
Từ đỉnh ba trăm thước sắt,
Này nghe lòng Tháp vương tơ!

Sông Seine vàng lượn đôi bờ
Xuôi xuống vàng Montparnasse
Ngược lên vàng Sacré-Cœur
Từng bậc từng cung đậm nhạt.

Khắp nẻo vàng thu san sát
Ngai vàng Công chúa nguy nga.
Vương điện, Hoàng môn, Đế các
Chầu quanh vạn thuở không già.

Khách du soi ngọn Đèn hoa
Xem mặt Đô kỳ Ánh sáng.
Nàng ơi, ngoài trái tim ta
Còn sính nghi nào xứng đáng?

Nàng ngủ trong lầu Dĩ vãng
Chỉ thu về mới hiện thân.
Ta, kiếp phi bồng phiêu đãng,
Vì thu đứt ruột bao lần.

Nàng mang vòng ngọc Giai nhân
Ta có vòng gai Thi sĩ;
Tìm nhau đã mấy trầm luân
Mới thỏa u hoài vạn kỷ.

Rồi... mỗi lần thu hội ý
Hoa đăng lại vượt trùng dương.
Tháp lại truyền tin báo hỷ:
Cưới nàng Công chúa Tây phương.

Paris 1959

em chỉ là mây

Lờ lững sông Seine mắt mở choàng
Nhìn theo muôn mảnh nguyệt đi hoang
Bỗng dưng tròn bóng... Ôi ngàn thuở
Vân Muội tình si đã gặp Hoàng!

- Sao anh ngơ ngác? Lạ lùng chưa!
Em vẫn là mây tự kiếp xưa.
Trời xám Paris thu nặng trĩu
Lênh đênh sầu biết mấy cho vừa?

Chợt gió thay chiều, sao đổi ngôi,
Em ca: Xin bước xuống thuyền tôi!
Tiếng ngân dài ấy nghe quen lắm;
Khoảnh khắc tiền thân tỉnh lại rồi.

Cầu Neuf đằng xa buông thõng chân
Vào sông Seine, lắng tiếng vàng ngân.
"Khoan hò..." Giọng hát buồn[1] thê thiết;
Ai nhớ nhung gì, Vân hỡi Vân!

Em bảo: Rồi trăng lặn một mình
Thì mây lại nối kiếp phiêu linh.
Chỉ thương bờ đá còn ghi dấu,
Mà đá thuyền quyên vốn nặng tình.

Thạch đầu ngơ ngẩn bóng mây trôi
Thiết tháp hờn trăng lạnh lẽo ngồi.
Anh ạ, Paris toàn sắt đá;
Lòng đau, Sắt nọ Đá này thôi!

- Anh hiểu! Vàng thu sẽ dậy men
Lá rơi vàng kín mặt sông Seine.
Hồn anh sẽ đọng dài trên lá
Để giúp em màu đan áo "len".

Vân nhớ Hoàng chăng giữa phút này
Cánh phi cơ lướt cánh đồng mây?
Nhớ Vân, Hoàng chỉ còn hư ảnh
Đôi bạn tung trời sát cánh bay.

Rome 1959

Bài này đăng lần đầu trong giai phẩm **Tân Phong** tập 17 (1960) và sau đó trong thi phẩm **Trời Một Phương** (1962)

Trong **Tân Phong**, bài thơ này có tựa *Em vẫn là mây,* và có thêm hai câu tiêu đề
  Liên giang thử dạ Tân kiều nguyệt
  Giang nguyệt tình chung thủy chiếu nhân
với ghi chú Liên giang là sông Sen (Seine), Tân kiều là cầu Mới (Neuf)
n.k. ghi lại bằng Hán tự
  蓮江此夜新橋月
  江月情終水照人
tạm dịch như sau:
  Sông Seine cầu Mới đêm trăng sáng
  Bóng chiếu tình sông trăng cố nhân

[1] Trong **Trời Một Phương**, chữ *buồn* nguyên là chữ *chìm*
  "Khoan hò!" Giọng hát *chìm* thê thiết

ysa

Chén vàng men cháy những phong ba
Điên đảo ngàn phương giấc mộng ngà.
Xanh tuổi trăng tròn xanh bát ngát
Trời xanh chết đuối mắt Ysa.

Nguyệt tỏ mười lăm chuốc chén đầy
Gió reo sóng múa vị đời say
Bước lên nàng đón chào thi hứng
Mở trọn hương màu đôi cánh tay.

Hồng nhạn truyền tin báo Hội Thơ
Mây bay trắng lụa duổi vàng tơ
Bỗng dưng mái tóc nàng mê hoặc
Mây bỏ trời xanh tự bấy giờ.

Sao cũng mê nàng sao bỏ ngôi
Đông Tây há chịu mãi lìa đôi!
Tao đàn nhóm họp mùa thu ấy
Là đã Sâm Thương lửa bén rồi.

Hôm mai vằng vặc mảnh tình ta
Giữa Hội Thơ riêng mở tháp ngà.
Có phải hồng nghê cầu đã bắc
Hai chân trời nối... bảy màu pha?

"Lòng em là một cánh chim trời".
Mở sách, nàng ngâm giọng tuyệt vời.
- Ta cũng bể Đông liều cất cánh
Tìm chim bể Bắc đó nàng ơi!

Cầm tay, nàng bảo: Hỡi thi nhân,
Mộng cũng như Thơ, hẳn có vần?
Hãy buộc lên Trăng thuyền mật ngọt
Đôi ta chèo tới bến Siêu chân!

Ôi, lời như ngọc ý như gương...
Bỗng mắt nàng xanh đến dị thường,
Bờ bến Siêuchân vừa thấp thoáng
Nổi trên gò má bập bềnh hương.

Nét càng như đượm vẻ như lơi
Cặp mắt nàng xanh đến não người.
Bờ bến Siêu chân vừa đánh đắm
Ngàn thu vào sóng tóc đầy vơi...

Giật mình! Đây sự thật phong ba
Đã xé tan tành duyên chúng ta.
Thơ Mộng lìa đôi, thuyền vắng ngắt
Quanh co lạc mãi nẻo Ngân hà.

Để mỗi lần trăng hiện dáng thuyền
Phương này tê tái giấc mơ duyên.
Ysa nàng hỡi, phương nào nhỉ
Thơ có còn say Mộng ảo huyền?

Bài Thơ ta mở với trăng đầy
Khép lại bằng trăng khuyết ở đây.
Diểu diểu nhất phương hề vọng mỹ...
Sao mờ chênh chếch bóng đêm vây.

Knokke - Sàigòn 1959

mây sóng tình thơ

Đêm đêm Bắc hải Thái bình dương
Hai chiếc bao lan dài nhớ thương.
Mượn nguyệt cầu kia làm tín trạm
Mây tình lang gửi sóng tình nương.

Ký hiệu truyền ra gợn nổi chìm
Mang theo từng tiếng đập con tim
Đàn vào hơi thở ai trinh nữ
Mộng trắng thơ vàng tóc bạch kim.

Hai cõi chênh nhau một góc ngày
Trăng lên phương đó lặn phương này.
Đôi ta chẳng thể cùng chung bóng
Mà tiếc vầng trăng đẹp tối nay.

Ai gạt dùm ta trục địa cầu
Xiên về bên trái của châu Âu?
Để ta chung một vòng kinh tuyến
Khỏi bị Thời gian chia rẽ nhau!

Cuồng vọng mà thôi... giọt lệ tràn,
Thời gian vẫn kết với Không gian
Thành hai ngọn giáo "tung hoành độ"
Xé mãi lòng ta đến nát tan.

Đành gây trầm gọi gió Đông phương
Nổi lửa thần giao đốt dặm trường
Tâm sự phóng lên bờ Tĩnh hải
Cho vầng trăng chuyển xuống Tây sương.

Cực tử màu chen sắc Ngoại hồng
Ngàn tia sầu nhớ vút hư không
Băng qua Nguyệt trạm về nơi ấy
Là gã thi nhân đã cháy lòng.

Nàng cũng thi nhân... có khác gì
Mắt xanh ngàn thuở lại hồ ly.
Trái tim nàng: chiếc thiên nga trắng,
Đâu nỡ đành riêng để gã si!

Cho nên trời Bắc hải mây nao
Mỗi Thái bình dương lúc sóng trào
Hai ngả bao lan cùng họa nhịp
Mở vòng tay đón một ngôi sao.

Sàigòn 1959

Khi in lần đầu trong **Cảm Thông** (1960), bài này có lời đề tặng nữ thi sĩ Bỉ Ysabel Baes cùng bài thơ Hán Việt sau làm tiêu đề

Tam ngũ thường nga bất nhiễm trần
Nhu trường uổng đoạn Vu San vân
Thi đàn xưng bá hoa xưng hậu
Bỉ quốc hà duyên đắc thử nhân

N.K. mạo muội viết lại Hán tự và lược dịch như sau

三五嫦娥不染塵	*Nguyệt đúng rằm, không bợn chút mây,*
柔腸枉斷巫山雲	*Đắng lòng, thần nữ cũng co tay!*
詩壇稱霸花稱后	*Sắc ngang hoa hậu tài thi bá,*
比國何緣得此人	*Nước Bỉ vì đâu được báu này?*

mộng chim liền cánh

Cách nhau mười chín giờ bay
Mà không liền cánh chim này được ư?
Cây sầu trút mãi lá thư
Nhớ thương nát cả danh từ... Hỡi ơi!

Đêm đêm nhìn ảnh mơ người
Đến mòn da phấn môi cười nhòa hương.
Ảnh treo dần khắp bốn tường
Siết vòng vây một góc giường đảo hoang.

Sóng thu dợn ánh hồi quang
Gối chăn bốc lửa sầu loang canh dài.
Nằm đây dõi bước chân ai
Cánh bưu hoa nở dấu hài lãng du.

Ba Lê đẹp áo vàng thu
Mặt trời La Mã sương mù Luân Đôn.
Bờ Thiên Thanh lắng hoàng hôn
Đổ xuôi Bạch Lĩnh tâm hồn tuyết băng.

Hỡi ơi, cô gái tròn trăng
Duyên bèo mây lại kết bằng tóc tơ!
Ba năm một mối tình Thơ
Núi trông mây, bến còn mơ tưởng bèo.

Tình chưa nổi sóng mà xiêu
Biết ai nhớ ít thương nhiều hơn ai?
Muôn giòng thư, hãy nối dài
Cho song hồ với trang đài liền nhau!

Sẵn trăm ngàn bức thư sầu
Đường kia nối cả Địa cầu Nguyệt cung.
Hai phương sẽ hết lạnh lùng
Đêm vào một giấc mơ chung với Ngày.

Sá chi mười chín giờ bay
Mà không liền cánh chim này tương tư!

                                        Sàigòn 1963

duyên mùa loạn

Người đi ta cũng lên đường
Trông ra khói lửa mà thương phong trần.
Biết bao giờ gặp cố nhân
Cho ta lại được có lần cầm tay?

Lời kia xin tạc dạ này
Mong đừng quên, lúc đổi thay cuộc cờ.
Một đi nắng đợi mưa chờ
Bèo mây ai dám hững hờ lòng ai...

Đường khuya nhớ buổi kề vai
Đèn khuya nhớ lúc canh dài trao yêu.
Rồi đây khói sớm men chiều
Say bao nhiêu lại bấy nhiêu ngậm ngùi.

Nước non thề cũ khôn nguôi
Giống đa tình vẫn muôn đời tình si.
Người ơi, ta biết tặng gì?
Mượn vần thơ gửi hồn đi theo cùng!

Sàigòn 1963

cành mai trắng mộng

Thời gian chập lại cả đôi kim
Một phóng mười hai mũi trúng tim.
Giờ điểm Giao thừa... Ai gọi đó?
Mang mang tiềm thức bóng Quê chìm.

Góc màn sương khói nằm im
Cố đô mờ nét cuốn phim Tháng ngày
Đã từ lâu... Thoắt giờ đây
Lòng căng thẳng, chiếu lên đầy bóng Quê.

Hàng Cót trường tan, sóng tóc thề
Dâng vào Yên phụ ngược con đê;
Xuôi ra Cống Chéo sang Hàng Lược
Từng dấu bèo theo giạt bến mê.

Vàng thêu tượng đá Vua Lê
Cây quỳnh giao, lối đi về Chợ Phiên.
Thoát thai từ truyện thần tiên
Phất phơ bướm nhỏ chim hiền tung tăng.

Đêm vườn Bách Thảo hội hoa đăng
Cặp má đào ai dợn tuyết băng?
Chiếc vượn Non Nùng ngân tiếng hót
Rung theo hồn đá với hồn trăng.

Mùa thu Hà Nội trẻ măng
Gió may cũng gió Gác Đằng nhiều phen
Sánh vai nhau chọn hàng "len"
Đẹp đôi cho đất trời ghen hai người.

Xe điện Hà Đông xuống nửa vời
Mưa phùn men bốc cỏ xanh tươi.
Vùng Thanh Xuân, buổi thanh minh ấy
Chẳng biết chàng si hẹn gặp ai...

Rồng lên một bóng u hoài
Ôi thôi, từng khúc ngã dài tâm tư!
Chín giao thừa, tám năm dư;
Cành mai trắng mộng, đêm trừ tịch suông.

Tin xuân lữ thứ nghẹn hồi chuông
Lệ vỡ mười hai "nốt nhạc" cuồng
Sân khấu lùi xa vào ký ức
Phai dần hư ảnh, cánh màn buông.

Khói đâu mờ tím căn buồng,
Thời gian ai đốt trên luồng thần giao?
Cố đô lửa ấy gan nào?
Sài đô son sắt như bào như nung.

Sàigòn 1963

một phiến u hoài

Cắt vào tâm sự thê lương
Mỗi đêm rằm chuốt thành gương sáng ngời.
Mặc ai gió lặng mây lười
Trăng tròn ta gửi cho người tròn trăng.

Bốn năm qua rồi đó chăng?
Nàng soi vẫn thấy đêm vắng vặc xưa.
Mắt xanh in bóng thuyền mơ
Tóc hoa vàng đọng vần thơ gieo vàng.

Trăng mười lăm gửi đều sang
Tuổi mười lăm cũng mê nàng không đi.
Biển Đông, con nước dậy thì
Lại tròn thêm một chu kỳ tối nay.

Chim thần, hãy ngậm gương bay!
Và sao Bắc đẩu, chuyền tay về Đoài!
Theo gương hồn bướm lạc loài;
Hoa soi bóng, gợn u hoài đến đâu!

Sàigòn 1964

còn đâu vọng các

Ôi, Chùa Phật Ngọc mái long lanh,
Đất Phật từng gieo hạt ngọc lành!
Du tử dâng hồn lên Vọng Các.
Gương soi chẳng chút úa màu xanh.

Đê mê hài hán bước triều thiên
Nhạc nữ, hoa thần, hay giáng tiên?
Cong vút bàn tay ai mở nhịp:
Cánh Thơ, giàn Nhạc, đêm Hoa viên.

- Thi sĩ từ đâu tới chốn này?
Tiếng ai vừa cất phới hương say.
- Từ đâu? anh cũng không còn nhớ
Em ạ, chim trời mỏi cánh bay.

Nửa hé vành môi nửa ngập ngừng
Nàng xoay nhịp bước, ngả vòng lưng.
Hỡi ơi đã ngấm men hồ hải
Vào tận vùng cung điện kín bưng!

Xiêm áo tần phi dợn ngọc ngà
Lửa thiêu cuồng vọng khắp làn da...
Phút giây nghe trĩu bên lồng ngực
Tiếng thở dài buông, rũ cánh hoa.

Nàng gượng cười, trăng tắt đã lâu;
U cung đòi lại đóa Lan sầu.
Mái đền cong vút tay ai đó?
Ngà ngọc xin đừng hoen lệ châu!

Xứ Thái mây chìm khóa bến mơ
Vàng son thăm thẳm bụi tung mờ.
Còn hương vương giả thơm giàn nhạc
Hay cũng tàn theo đêm Hội Thơ?

Bangkok 1964

Trong thi phẩm **Cành Mai Trắng Mộng** (1968), tác giả có chú *viết kỷ niệm Hội nghị Văn Bút Quốc tế tại Bangkok, Thailand tháng 11 năm 1964*

giây phút ngỡ ngàng

Làm sao tôi nhận ra cô bé ngồi kia!
Chiếc én đình Vương Tạ
Giữa Sài gòn Sáu tư
         nắng phai mùa Đổ lá,
Hoàng hôn dài lê thê.
Lời giới thiệu dài hơn cả hoàng hôn:
         "người mới xa về..." [1]
Tôi sững sờ, gượng cười...
Hết thảy đều xa lạ!
Buổi họp nào đây? Có phải đường lên
Sacré-Coeur hoa vàng tượng đá?
"Người về..." [2] tôi nhắc lại tên,
Dư âm đầy mạch máu vang rền.

Thế ra đây là Huyền tôi quen
Trong lòng một chuyến đi
Mở mặt đô kỳ ánh sáng: Paris?
Trong một chuyến đi
Mà sông Seine cùng tháp Eiffel
Mỗi xế trăng thu còn nhắc nhở thầm thì.

Sao có chuyện hoang đường thế được?
Nước da thùy mị kia
Gò má bình yên này
Và mái tóc... Ôi, tội tình cho mây!

Là Huyền ư? Huyền của Lang thang?
Lạ nhỉ!
Càng phi lý nữa là...
Nhất là...
Chiếc áo lụa phấn hồng
              ngoan, hiền, thướt tha.
Hỡi áo đẹp "cô dâu bé bỏng"
Ngươi thẹn thùng chăng nếp hải hà?
Ôi! một tảng màu từ đâu lạc lõng
Về bức tranh đằm duyên Bích Câu?
Bức tranh tôi đã thuộc lòng
Đến từng sắc điệu
Từng gợn bất ngờ
              trên nét thẳng đường cong!

Hay là... một trong muôn nghìn
              vũ trụ song song
Với trần gian này,
              từ lâu sương mờ khói loãng
Đột nhiên vừa đây
              cắt lầm vào một khoảng?
Trời ơi bức họa sơ nguyên!
Đâu chiều ánh sáng đêm hoa nguyền?

Tôi bước lên...
              như người máy...
                     bước lên...

Đồng thời giọng "cô bé ngồi kia"
            - người mới xa về [3] -
                  cũng trầm trầm rung lên.
Tôi nín thở;
          chiếc đồng hồ đeo tay cuồng loạn đập.
Kìa: những con đường dọc ngang
Từ môi nàng vút ra, thẳng tắp.
Chúng giao nhau, kề nhau,
            lìa xa, rồi lại gặp...
Đây rồi, Huyền của Lang thang!
Ngược xuôi bờ đá chân cầu Neuf
Trăng vỡ đầu sông... hẳn nhớ Hoàng?

Đâu đó nước dâng...
            tôi giật mình, hụt bước.
Vũ trụ quanh tôi bỗng thu hồi kích thước.[4]
À, đây phòng họp...
            người quen!...
Nửa chớp mắt ngờ cung đàn lỗi nhịp,
Bài thơ sai niêm,
Nhưng ai đã giùm tôi xóa phăng?
Vết thương mở ra
           - may thay -
                vừa đóng kịp.

Tôi cười...
          không gượng nữa!
        ... tiến lên
Bàn tay siết chặt vọng tên: Huyền!

                                                Sàigòn 1964

Bài thơ này đầu tiên được in trong **Văn** số 3, *Giai Phẩm Xuân* Giáp Thìn (15-01-1964), và trong bản này
    [1] Bốn chữ *"người mới xa về..."* đã in là *nữ sĩ Minh Đề!*
    [2] Hai chữ *"Người về..."* đã in là *Minh Đề!*
    [3] Bốn chữ *người mới xa về* đã in là *nữ sĩ Minh Đề*
    [4] Sau câu này có thêm một câu
        Cả ba chiều tái lập
Dựa vào những chi tiết trên cùng một ít sự kiện khác như *những người có mặt* trong *buổi họp* thuyết trình về Văn Bút Việt Nam cuối năm 1963 trong đó "người mới xa về" cũng là tác giả của thi phẩm **Lang Thang** (1960), nhà nghiên cứu *Trần Mạnh Toàn* tin rằng đối tượng bài thơ chính là nhà văn, nhà thơ, ký giả chiến trường *Minh Đức Hoài Trinh*

Bài này sau đó có in vào thi phẩm **Cành Mai Trắng Mộng**, nhưng không khác biệt với bản trong ***Đời Vắng Em Rồi say Với Ai*** này

công chúa mười lăm

Công chúa Mười Lăm, nàng ở đâu?
Tìm nàng, thôi đã nát Âu châu.
Ba lê, Nhã điển hay La mã
Đâu cũng rêu in lệnh Miễn Chầu.

Sân chầu lẻ cặp, những vần thơ
Giặt tới sông Xanh lạnh ngắt bờ.
Nét vẽ bay lên sườn núi Trắng,
Đâu rừng Thi Họa thuở ban sơ?

Ta mỏi đi hoang chín kiếp dài,
Áo thêu rồng phượng rách chông gai.
Nhớ năm xưa đến khu Rừng cấm
Lục địa già nua bỗng đẹp trai!

Kiếp thứ mười nên bước đã chồn,
Ta gieo mình xuống thảm hoàng hôn.
Ngủ chung giấc ngủ nàng Công chúa,
Mơ tuổi Mười Lăm biếc lại hồn.

Nàng say sưa ngủ dưới trời sao
Chợt gọi tên ta giọng ngọt ngào:
Anh nhích gần coi em vẽ bóng
Cho Thơ là một với Chiêm Bao!

Đê mê nhịp thở phút huyền ngưng,
Đôi lứa chìm sâu đáy Tượng trưng.
Ta nhủ: Kìa em! Thơ mở lối,
Còn sâu hơn cả trái tim Rừng!

Đêm cũng đêm sâu nhịp với Tình,
Nhưng đêm nào chẳng có bình minh!
Ta hôn mười ngón tay vừa nở
Rồi bước đi hoang lại một mình.

Tưởng đâu rừng Cấm mãi thâm u,
Nàng chẳng bao giờ mở sóng thu.
Vì chẳng bao giờ ta cất tiếng
Gọi cho nàng tỉnh giấc ôn nhu.

Năm năm trở bước một lần thôi;
Hoàng tử không nhà lại có ngôi.
Giấc ngủ bên nàng đêm Tái tạo,
Thơ ngâm chuyền lửa đóa hoa môi.

Ai hay một sớm tự non sầu,
Ngập gió bay ra lệnh Miễn Chầu.
Cánh quạ nối hàng đen khủng khiếp:
Tin nàng Công Chúa bỏ rừng sâu!

Hôm trước, loài Kim hiện ngọc ngà
Hóa trang làm một chiếc thiên nga
Xé mây Bạch Lĩnh... Ôi, Người đẹp
Trút lại tàn y: Lục địa Già...!

Biển Bắc trời Âu hết đẹp trai,
Nhòa tranh Siêu thực bóng trang đài.
Thơ Trừu tượng cũng nhòa linh giác
Hồn chẳng đong đầy cặp mắt nai.

Ngơ ngác rừng xưa đá chập chùng,
Nơi nào cửa Khuyết hỡi Mê cung?
Nàng đi mang cả hồn Thi Họa,
Trời biển nằm trơ mấy mảnh khung.

Ta biết nàng đi chẳng một về,
Tìm ai Nhã điển với Ba lê!
Mấy phen La mã ghì vân thạch,
Tượng ngủ không bay gợn tóc thề.

Hỡi ơi! Công chúa vượt trùng dương,
Đất Mới hoa dâng khắp ngả đường.
Sáng rực nơi nào đôi mắt biếc
Là nơi ấy mở một triều Vương.

Hòa lan Đan mạch nắng vàng thu
Đôi bạn tình xưa phút mộng du.
Hài gấm chỉ còn ta nhận dấu,
Chừ xuân ngăn ngắt tím sa mù...

Ngẩng nhìn sông Bạc chẳng mưa tuôn,
Châu Á khuya nay đọng khối buồn.
Thăm thẳm mấy phương lòng rạn vỡ,
Sao trời nhân lệ một thành muôn.

Hoảng hốt ta ôm chặt bóng kiều,
Đầy tay sương khói nặng bao nhiêu?
Phải chăng, kìa góc rừng Thi Họa
Vẳng tiếng chim xanh gọi Thiết Triều?

Hai mươi mốt tuổi nét xuân đằm,
Nàng bỏ trời Âu tuyệt bóng tăm.
Trải đúng hai mùa sen Tịnh Đế,
Hồi loan, Công chúa lại Mười Lăm?

Vào giấc cô miên, nàng hãy nghe:
Còn đây nửa vạt áo rồng che,
Ta lên đường gấp cùng tia nắng
Cho kịp dâng nàng một xác ve...

Nàng ôi! nàng ôi! ta mơ chăng?
Biển Đông biển Tây đều biển băng!
Thôi rồi, ta không còn dám nghĩ
Tiếng ấy: chim trời hay cá săng?

Nhưng từ tăm cá bóng chim mờ,
Kỷ niệm tung hoành nát gối mơ.
Hoàng tử phiêu bồng thân nhẹ bấc
Vào săng càng thấy chỉ là Thơ!

Một gửi xương da vách huyệt mềm,
Thịt hao mòn có đất cho thêm.
Cả Thân Tâm lại đầy phong độ,
Ta sẽ hồi sinh đúng nửa đêm.

Kiếp thứ mười hay mười một ư?
Cần chi! rồng phượng áo chưa hư!
Sông Xanh núi Trắng rừng Thi Họa
Ta đến phen này kết thảo lư.

Và ta nằm xuống thảm bình minh
Ngủ giấc sâu hơn biển Thái bình.
Công chúa Mười Lăm về cạnh đó,
Thay ngôi Chủ Khách lại càng xinh.

Nửa giấc nàng say hé cặp môi:
Nhớ nhau hẳn cũng Thơ xong rồi?
Trước kia vẽ bóng, hình quên vẽ,
Hơi tiếng đều quên... hóa lạc đôi!

Tiếng trời hơi đất vẹn trường canh
Nay đã về... qua nhịp thở anh!
Tóc bạch kim này, em chỉ đợi
Gieo hương cho mộng ngát duyên lành.

Ta uống từng âm hưởng dị kỳ
Nhưng lòng nghe gợn sóng hồ nghi:
Em ơi! Rừng Cấm vui đoàn tụ
Sao chẳng hề vang khúc họa mi?

Ngọc vỡ, san hô trút suối cười:
Anh lầm! Đây sắc nắng hồng tươi,
Quê anh đó chứ! Và, em biết,
Anh vẫn là anh kiếp thứ mười!

Lầm Sinh với Tử, Á thành Âu?
Mới rõ tình Thơ ý Vẽ sâu.
Hơn cả trái tim rừng Biểu tượng;
Bên kia thế giới nghĩa gì đâu!

Công Chúa Mười Lăm chẳng bỏ ngôi,
Ra đi là để tới đây thôi?
Cùng ta sum họp muôn ngàn kiếp,
Chỗ hết Thời gian, đích phản hồi?

Ta ngập ngừng toan hỏi lại nàng,
Ngây thơ đã tiếp suối cười vang.
Hồi thanh có họa mi chen khúc,
Và cả trời xưa cặp Phượng Hoàng.

Câu hỏi lưng chừng, lớp sóng Yêu
Xô nghiêng về tận bến Lam kiều.
Nhạc đâu huyền thoại mưa vàng đổ?
Lệnh Miễn Chầu hay lệnh Thiết Triều?

Nàng uốn mình tơ dưới áo lông:
Sông Xanh nào có khác sông Hồng!
Núi Đen núi Trắng nguyên là một,
Kiếp thứ mười sao chưa cảm thông?

Cảm Thông[2]? Hai chữ nhớ thương đầy!
Thi Họa duyên nào gốc ở đây?
Ta vội mở trang Tình Sử cũ,
Ôi, màu vẽ Tuyết, ý thơ Mây!

Tình Sử ai ghi? Chuyện xứ nào?
Mộng vàng đôi lứa sẽ ra sao?
Tay nâng trang sách, ta nhìn xuống;
Nàng chợt như tia nắng rụng vào!

Thể nhập rồi, trang sách trắng ngà,
Ôi, Nàng! sắc giấy hiện màu da.
Đường cong tuyệt bút dần thu nhỏ
Nằm gọn trong muôn nét kỷ hà.

Chẳng chút hồ nghi, ta xé đôi
Trang minh họa ấy để về ngôi.
Vì Thơ đến lúc nguyên hình Mộng,
Uy lực Không gian đã hết rồi.

Nét vẽ cuồng dâng tóc bạch kim,
Giòng thơ đập loạn tiếng con tim.
Nàng ôi! Tình một phương không đáy,
Ta phải làm ra đáy để tìm!

Quên hết ngôn từ, chữ với câu,
Vần phai theo bóng, nét theo màu.
Dư âm Thi Họa riêng còn chút:
Công Chúa Mười Lăm Nàng Ở Đâu?

Sàigòn 1967

[1] YSA là tên tắt mà Vũ Hoàng Chương dùng để gọi Ysabel Baes, một nữ thi sĩ và họa sĩ Bỉ - đại biểu cho Bỉ tại Hội Nghị Thi Ca Quốc Tế lúc mới 15 tuổi - do đó đã được tặng mỹ hiệu *Công Chúa Mười Lăm*. *YSA* cũng đảo thành *SAY*, mà "Chàng Say" là biệt hiệu Vũ Hoàng Chương tự gọi mình. Cô có nhiều triển lãm tranh và đã xuất bản ít nhất hai thi phẩm, thi phẩm đầu tay **O Ma Jeunesse O Ma Folie** (1959) đã được N.K. dịch ra thơ Việt **Tuổi Thơ Ơi Bồng Bột**, Hàng Thị xuất bản (2022)

bảng vàng hoa tím

Hà Nội xưa đưa Nàng đi thi,
Có chàng thư sinh tình rất si.
Cài hoa lên tóc còn buông xõa
Chàng nhủ người yêu: Chớ sợ gì!

Hoa này, anh đã mất nhiều công
Chọn ở Hàng Bài, em biết không?
Đề khó đến đâu hoa cũng thuộc,
Rắc hoa đầy giấy góp là xong...

Nàng vui như Tết, vào sân trường,
Hy vọng bay theo lòng ngát hương.
Chàng đợi Nàng trong rừng Bách Thảo,
Như trong huyền thoại của Đông Phương.

Đưa nhau ríu rít đón nhau về,
Ngày lại ngày... cho tình càng mê.
Bài Sử Địa hay bài Vạn Vật
Cũng đều tươi nét hoa "Pensée"!

Đường lên Hàng Quạt gió say reo;
Cửa Bắc giờ đây bảng sắp treo.
Dựa sát vai chàng, hơi thở gấp,
Ôi, Nàng cảm động biết bao nhiêu!

Người đi xem bảng mới lơ thơ,
Nắng sớm đùa trên cỏ nhởn nhơ.
Chàng dỗ dành: Em đừng nghĩ quẩn;
Yêu nhau, thi có trượt bao giờ!

Kia rồi: Hương phấn đã truyền tin!
Đôi lứa mừng, quên cả giữ gìn.
Tay khoác tay nhau làm cánh bướm
Song song, lìa sóng cỏ, bay lên.

Chợt nghe thiên hạ bảo thầm nhau:
Người đẹp Hàng Gai lại đỗ đầu!
Chàng ghé bên tai Nàng, giễu cợt:
Áo hồng như thể áo cô dâu!

Nàng xem hoa nở đúng tên Nàng
Rồi mỉm cười: Thôi, kệ bảng vàng!
Anh hãy cắt bài thơ áo tím
Cho em mặc nhé! Rất thời trang!

Sàigòn 1967

gấm hoa

Trời Cố Đô cao vút
Tuổi mười lăm hai mươi.
Em là gái Hàng Cân Hàng Bút
Thăng bằng muôn nét thắm tươi.
Anh là gã thư sinh Rừng Bách Thảo
Giữa cỏ cây muông thú gọi tên người.
Tiếng bay xuống tận phố phường đông đảo
Chen cánh hoa xoan hoa gạo
Rèm tơ ý nguyệt đầy vơi.
Cân nào không rung chuyển?
Bút nào không tơi bời?
Chim xanh qua lại muôn ngàn chuyến
Bao nhiêu là Anh Ơi, Em Ơi...
Gặp nhau lời vẫn nghẹn lời
Đón đưa buổi học xa vời bước chân.

Hồ Tây Bách Thảo nức hương lân
Hàng Bút Hồ Gươm cũng rất gần
Anh có mơ hoa Em mộng gấm
Đôi hồ soi đã tỏ mười phân.
Lệ tương tư lại bao lần
Cả hai cùng gởi vào thân phận hồ.
Dịu hiền gương mặt Cố Đô
Thoắt thôi gợn sóng điên rồ nhớ thương.

Trăng nhà ai tròn khuyết
Thời cơ gió nhiễu nhương
Hà Nội thắt vòng đai tuế nguyệt
Em nghe sầu rối tơ vương.
Trời Nam Định Thái Bình rung sấm sét
Anh lang thang lòng đứt cỏ uyên ương.
Sừng sững, dựng bức thành mây lửa dệt
Xa cách hơn bao giờ hết
Non Nùng cấm địa một phương.
Vuốt đâu xuyên chiến lũy?
Cánh đâu vượt sa trường?
Tìm nhau trong khói men cuồng túy.
Nửa giấc mành Tương loạn sóng Tương.
Quê Tình hoang đảo mờ sương
Chiêm bao càng khổ chiếu giường phong ba.

Hồ Kiếm Hồ Tây vẫn đậm đà.
Quanh hồ đâu chẳng ấm hơi ca
Riêng cầu Thê Húc son thêm lợt
Đê Cổ Ngư thêm lạnh tiếng gà.
Em giai nhân dẫu không già
Anh thi nhân dẫu không nhà càng thơ
Nhưng thương cho mộng cùng mơ
Gấm hoa đến thế ai ngờ nổi trôi.

Bến xưa vừa trở bước
Sông núi đã chia rồi.
Em ở lại sầu gương tủi lược
Bồ hòn kết đắng hoa môi.
Anh ra đi, cánh phiêu hồng trốn tuyết
Hay cánh thiên nga trốn vạc dầu sôi?
Cũng có khác gì đâu! Trăng vẫn khuyết
Đời vẫn gần thêm cửa huyệt
Men chiều khói sớm đơn côi.
Nắng nào không xao xuyến?
Mưa nào không bồi hồi?
Tiếng kêu ném ngược đường kinh tuyến
Chỉ thấy vòng quanh trở lại thôi.
Biết chăng? Còn khúc "Gọi đôi"
Còn chim Phượng ấy dành ngôi cho Hoàng.

Trái Đất rồi hôm nào vỡ toang
Giữa muôn tia tím ánh hồng loang
Thịt xương tro bụi không phân biệt
Anh sẽ dìu em mắt mở choàng.
Địa Cầu quá nửa đi hoang
Còn đây một mảnh sáng choang nụ cười
Mơ hoa mộng gấm bừng tươi
Một hành tinh mới, hai người yêu xưa.

Sài đô, 1967

thơ Vũ Hoàng Chương trang 82   Hàng Thị tái bản

Phụ Lục

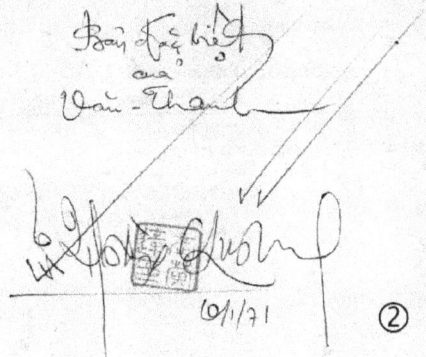

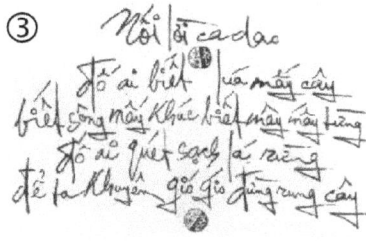

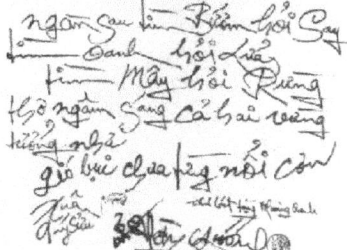

Ghi chú Phụ Lục (trang i)

Ảnh gia đình, từ trái sang phải:
    - thi sĩ Vũ Hoàng Chương, con trai Vũ Hoàng Tuân, thân mẫu của thi sĩ, và phu nhân Định Thị Thục Oanh (đứng)
    - thi sĩ Vũ Hoàng Chương
    - phu nhân Định Thị Thục Oanh, và con trai Vũ Hoàng Tuân

Thủ bút thi sĩ

1. *Kỷ Dậu hồi thanh*, trong **Ngồi Quán** trang 70

2. đề tặng họa sĩ Văn Thanh, người vẽ tranh bìa thi phẩm **Ngồi Quán**, trong một ấn bản đặc biệt

3. đề tặng ca sĩ Hoàng Oanh, người đã ngâm bài *Lửa Từ Bi*
    Ngàn sau tìm Bướm hỏi Say
    *tìm **Oanh** hỏi **Lửa** tìm Mây hỏi Rừng*
    thơ ngâm sáng cả hai vừng
    tưởng như gió bụi chưa từng nổi cơn

Hán Tự

Huế cảm
Ngồi Quán trang 50

花下詩成燈下筆
亂中化感病中人

Hoa hạ thi thành đăng hạ bút
Loạn trung Huế cảm bệnh trung nhân

N.K tạm ghi lại bằng Hán tự như trên và phỏng dịch
Bên đèn viết trọn thơ đô hội
Nằm bệnh ngùi thương Huế loạn ly.

Kỷ Dậu hồi thanh
Ngồi Quán trang 70

己酉回聲
雞鳴日上舊山川
囬憶光中羽檄傳
山尾山頭苍解語
和会春草遶平原

Giấy Ủy Quyền

Giấy ủy quyền

Tôi đứng tên dưới đây là Vũ hoàng Tuấn, sinh ngày 17.1.1956 tại Saigon. Giấy Chứng minh nhân dân số 020072802 thường cư ngụ tại số: 92/7H, đường Cô Việt Nghệ Tỉnh, phường 21, Quận Bình Thạnh, thành phố Hồ Chí Minh Việt Nam.

Tôi nguyên là Con của Ông Vũ Hoàng Chương (1915-1976) và Bà Đinh thị Thục Oanh (1919-2005).

Mục đích thiết lập giấy Ủy quyền này là dành cho Ông: Trần Ngọc Khôi được in lại những tác phẩm của Cha Tôi là Thi sỹ Vũ hoàng Chương, việc in ấn đó sẽ được thực hiện tại Hoa kỳ.

Mọi tranh chấp lấy nào nhân danh nghĩa Gia đình chúng Tôi hoàn toàn không được chấp nhận.

12.6.2008 Con trai duy nhất của Thi sỹ

VŨ HOÀNG TUẤN

thơ Vũ Hoàng Chương trang iv   Hàng Thị tái bản

thư mục Vũ Hoàng Chương

do Hàng Thị

Đã có

Nhị Thập Bát Tú (2023)
  những bài thơ viết theo thể *Nhị Thập Bát Tú*

Ta Còn Để Lại Gì Không (2023)
  những bài thơ chưa in vào thi phẩm nào lúc sinh thời

Thơ Say & Mây (2024)
  Thơ Say và *Mây*

Rừng Phong & Hoa Đăng (2024)
  Rừng Phong và *Hoa Đăng*

Hoa Đàm nối Lửa Từ Bi (2024)
  Lửa Từ Bi, *Ánh Trăng Đạo Lý*, và *Bút Nở Hoa Đàm*

Trời Một Phương & Cành Mai Trắng Mộng (2024)
  Trời Một Phương và *Cành Mai Trắng Mộng*

Ngồi Quán & Đời Vắng Em Rồi Say Với Ai (2024)
  Ngồi Quán và *Đời Vắng Em Rồi Say Với Ai*

tìm đọc online https://hangthi.com
hoặc gởi điện thư về nxbhangthi@gmail.com để nhận sách in

Sẽ có

Kịch Thơ
  Vân Muội, *Trương Chi*, *Hồng Diệp*, và *Tâm Sự Kẻ Sang Tần*

Mộng Trắng Thơ Vàng Tóc Bạch Kim
  các bài thơ dài (ngoài Nhị Thập Bát Tú) đã dịch ra ngoại ngữ
  trong *Cảm Thông*, *Thi Tuyển*, và *Tân Thi*

do các nhà xuất bản khác

Chúng Ta Mất Hết Chỉ Còn Nhau
  Rừng Trúc (1974)

Ta Đợi Em Từ Ba Mươi Năm
  Một số thân hữu và các cựu môn sinh (1985)

www.ingramcontent.com/pod-product-compliance
Lightning Source LLC
Chambersburg PA
CBHW062222080426
42734CB00010B/1994